डोपामाइन डिटॉक्स

डोपामाइन डिटॉक्स

लक्ष्यकेंद्रित, अधिक आनंदी आणि सर्वोत्तम कामगिरीसाठी शरीरांतर्गत संतुलन साधा

निक ट्रेंटन

अनुवाद : इंद्रायणी चव्हाण

MANJUL

मंजुल पब्लिशिंग हाउस

First published in India by

MANJUL

Manjul Publishing House

Corporate and Editorial Office

•2nd Floor, Usha Preet Complex, 42 Malviya Nagar,
Bhopal 462 003 – India

Sales and Marketing Office

•C-16, Sector 3, Noida, Uttar Pradesh 201301 – India
Website: www.manjulindia.com

Distribution Centres

Ahmedabad, Bengaluru, Chennai, Kochi,
Kolkata, Hyderabad, Mumbai, New Delhi, Pune

Marathi translation of *Dopamine Detox* by Nick Trenton

Marathi edition first published in 2025

ISBN 978-93-7317-245-3

Translated by: Indrayani Chavhan

Printed and bound in India by Repro India Limited

अनुक्रमणिका

भाग १

डोपामाइन आणि तुमचा मेंदू

हे पुस्तक वाचणाऱ्या सर्व वाचकांमध्ये एक समानता नक्की आहे : त्या सर्वांकडे एक शरीर आहे. पण आणखीही एक अशी गोष्ट आहे जी त्यांच्यातल्या काहींकडे असेल, तर काहींकडे नसेल. ती म्हणजे आपल्या शारीरिक स्वास्थ्याबद्दल जाणीवपूर्वक विचार करण्याची क्षमता. मग त्यांना कशाही प्रकारचं शरीर लाभलेलं असलं तरी, ही जाणीवच त्यांना योग्य त्या धोरणांचा अवलंब करून स्वत:चं जीवन विकसित करण्यासाठी प्रवृत्त करत असते.

'बायोहॅकिंग' या संकल्पनेचा साधारण अर्थ सांगायचा तर मानवी जीवनाच्या जैविक वास्तवामध्ये सुधारणा, प्रगती किंवा विकास घडवून आणण्याचा प्रयत्न. बायोहॅकर्स हे प्रामुख्यानं औषधं, जीन एडिटिंग किंवा शारीरिक बदल घडवून आणणाऱ्या तंत्राच्या DIY प्रयोगांसाठी ओळखले जात असत. ते सर्व प्रयोग परंपरागत विज्ञान आणि वैद्यकशास्त्र यांच्या अगदीच बाहेरचे असत. पण कालांतरानं विज्ञानाची मदत घेऊन आपल्याला मिळालेल्या निसर्गदत्त शरीरामध्ये हवे तसे बदल घडवून आणण्याची शक्ती वापराण्याचा कल सर्वसामान्य लोकांमध्येही दिसून येऊ लागला.

पुढील प्रकरणांमध्ये आपण बायोहॅकिंगची तीन महत्त्वाची क्षेत्रं पाहणार आहोत आणि दैनंदिन जीवनात त्यांचा उपयोग कसा करता येईल हेसुद्धा जाणून घेणार आहोत. चांगली झोप आणि योग्य पोषक आहार घेऊन किंवा संपूर्ण जीवनशैलीत योग्य तो बदल करूनही तुम्ही ही तत्त्वं सहज वापरू शकता. सुदैवानं, त्यामुळे तुमच्या जीवनशैलीत, भावनिक स्थित्यंतरांमध्ये, मानसिक क्षमतांमध्ये, स्वयंशिस्तीमध्ये आणि एकंदरीत जीवनऊर्जेमध्ये टोकाचे बदल घडून येत नाहीत. झोपेसाठीचं चांगलं वेळापत्रक आणि योग्य तो पोषक आहार असो किंवा पूर्णपणे नव्यानं स्थापित केलेली डोपामाइन सिस्टिम असो, तुमच्या जीवनाला

उत्तम आकार देण्यासाठी आपण आत्ता इथेच काही प्रात्यक्षिकं आणि प्रमाणित तंत्र यांचा वापर समजून घेणार आहोत.

आपल्या आयुष्यात मोठं परिवर्तन घडवून आणण्यासाठी तुम्हाला जर एक गोष्ट करता येणार असेल तर तुम्ही काय कराल?

स्वयंशिस्त, उत्पादकता, आत्मसन्मान, उद्दिष्टपूर्ण जीवन, भावनिक संतुलन इत्यादींविषयी अगणित पुस्तकं उप्लब्ध आहेत. पण या सगळ्या प्रकारच्या वागणुकी, दृष्टिकोन आणि मनोवृत्तींमागे एखादी मूलभूत समान गोष्ट असू शकेल का? तर हो! शिस्तबद्ध, लक्ष्यकेंद्रित, सक्रिय आणि संतुलित जीवनाचं गुपित अगदी साधं आहे, डोपामाइन!

जेव्हा न्यूरोसायंटिस्ट आपल्या मन:स्थितीचं, विचारशक्तीचं आणि आपल्या वागणुकीमागे असलेल्या जैविक आधारांविषयी अधिक सखोल ज्ञान प्राप्त करतात तेव्हा स्पष्ट होते की, आपल्या जीवनशैलीत कोणतंही महत्त्वाचं परिवर्तन घडवून आणण्यासाठी आपल्या जैविक रचनेतही बदल आवश्यक आहे. एखद्या बायोहॅकरसाठी मेंदूमधले हार्मोन्स आणि विद्युत सिग्नल्स हे संगणकाचे संकेतच असतात. जर आपण आपल्या जैविक प्रणालीचा 'बॅकएंड कोड' बदलू शकलो तर आपण त्या प्रणालीने चालवलेले 'प्रोग्राम्स'सुद्धा बदलू शकतो.

मानव घेत असलेल्या अनुभवांवर होणारा डोपामाइनचा परिणाम समजून घेण्यासाठी विचारसरणीमध्ये थोडासा बदल आवश्यक असतो. त्यासाठी तुम्ही स्वत:ला मशीनही समजायचं आहे आणि प्रोग्रामरही समजायचं आहे, मगच तुम्हाला या कार्यपद्धतीचे नियम समजून घेता येतील आणि त्यानुसार स्वत:चे अनुभव सजगतेनं नियंत्रित करता येऊ शकतील. सोप्या भाषेत सांगायचं तर, आपला मेंदू म्हणजे एक जैवरासायनिक यंत्र आहे आणि ते यंत्र शरीरासाठी केमिकल संदेशवाहन करणारे किंवा सूचना देणारे विविध हार्मोन्स आणि न्यूरोट्रान्स्मीटर्सच्या आधारानं काम करत असतं. शब्दश: अर्थानं ते तुमच्या वास्तवाचं ठोस प्रकटन असतं. उदाहरणार्थ, जेव्हा तुम्हाला प्रेमाची, निराशेची, भीतीची किंवा उदासीनतेची भावना जाणवते तेव्हा तुमच्या शरीरातली एक निश्चित अशी न्यूरोकेमिकल अवस्था त्या अनुभवाशी जोडली गेलेली असते. जर आपण त्या अवस्थेमध्ये बदल घडवू शकलो, तर आपण त्या अनुभवाच्या मुळाशी जाऊन विचार करत

त्याच्याशी संबंधित भावना पूर्णपणे बदलू शकतो. खरं तर पुढच्या सर्व प्रकरणांमध्ये कोणत्या न कोणत्या प्रकारे, प्रत्यक्ष-अप्रत्यक्षपणे आपण आपल्या न्यूरोकेमिस्ट्रीवरच काम करणार आहोत.

डोपामाइन हे आपल्या मेंदूमध्ये कार्यान्वित होणाऱ्या न्यूरोकेमिकल्समधलं एक प्रमुख केमिकल आहे; जे आनंद, प्रेरणा, सफलता इत्यादी अनेक गोष्टींशी निगडित आहे. गेली कित्येक वर्षं डोपामाइनला 'रिवार्ड केमिकल' मानलं जात होतं. ते पूर्णपणे चुकीचं आहे, असं नाही. पण ते प्रामुख्याने पुरस्काराच्या 'अपेक्षे'शी आणि उपलब्ध गोष्टींपेक्षा अधिक प्रमाणातल्या आणि अधिक चांगल्या गोष्टी मिळवण्याशी संबंधित आहे. डोपामाइन केव्हा तयार होतं? तर जेव्हा सुखद आश्चर्य होतं, अनपेक्षित आनंदानं आपलं मन भरून जातं तेव्हा आपल्या मेंदूमध्ये डोपामाइनचं प्राबल्य वाढतं. अनपेक्षितपणे मिळालेल्या रिवार्ड/अत्यानंद/यश यामुळे आपल्याला खूप छान वाटतं. पण जेव्हा या गोष्टी अपेक्षित असतात तेव्हा होणाऱ्या अत्यानंदाच्या भावनिक हिंदोळ्यांमधून अर्थात हेडॉनिक ट्रेडमिलवरून आपण पुन्हा मूळ अवस्थेत येतो म्हणजे हेडॉनिक एडॅप्टेशन करून घेतो. याचा अर्थ, त्या गोष्टींचं नावीन्य आणि प्रभाव यांचं प्रमाण कमी होत गेल्यामुळे आपल्याला त्यातून सुरुवातीला मिळालेल्या आनंदाचं प्रमाणही कमी होत जातं. (लिबरमन अँड लाँग, २०१८, 'द मोलेक्युल ऑफ मोअर')

कल्पना करा : तुम्हाला एका नव्या उपाहारगृहाचा शोध लागला आहे. ते तुमच्या ऑफिसजवळच आहे आणि एकदा तिथे जाऊन तिथल्या जेवणाची चव बघावी असं तुमच्या मनात आहे. तुम्ही तिथे जाता, तिथल्या उत्कृष्ट पदार्थांची चव चाखून तुम्ही भारावून जाता, खूश होता. पण जर तुम्ही नेहमीच त्या उपाहारगृहात जाऊ लागलात आणि प्रत्येक वेळी तुम्हाला तिथे तशाच उत्कृष्ट चवीचे पदार्थ खायला मिळत राहिले, तर दर वेळी तुम्हाला पहिल्यासारखं भारावलेपण जाणवणार नाही; कारण ती एक नेहमीची गोष्ट झालेली असेल आणि तुमच्या मेंदूलाही तशाच चवीची अपेक्षा असेल. त्यात नावीन्य, आश्चर्य नसेल त्यामुळे ते उपाहारगृह आणि तिथले पदार्थ यांच्याशी संबंधित डोपामाइनचं प्रमाणही घटलेलं असेल.

आपल्याला ज्याची सवय झालेली आहे, त्याव्यतिरिक्त काहीतरी अधिक आणि काहीतरी नवीन याच्याशी आपलं डोपामाइन संबंधित असतं. डोपामाइन प्रणाली म्हणजे समस्त मानवजातीसाठीचं बौद्धिक पातळीवरचं अत्यंत विकसित तंत्र आहे; जे मानवी जिज्ञासा, शोध, सर्जन आणि परिवर्तनशीलतेचं प्रेरक आहे. पण त्यातून काही समस्याही निर्माण होऊ शकतात याची तुम्हाला जाणीव आहे का? आधुनिक जग हे तुमच्यातल्या डोपामाइनवर परिणाम करणाऱ्या अनेक प्रकारच्या आकर्षणांनी व्याप्त आहे. पण आधुनिक जगात आपणच जे सामाजिक-सांस्कृतिक वातावरण तयार करून ठेवलं आहे त्यानुसार आपला जैविक विकास घडलेला नाही. आपल्यामध्ये कामाचा उत्साह कमी होतो आहे, व्यसन लागलं आहे, वाईट सवयी जडल्या आहेत किंवा आपण कामाची टाळाटाळ करतो आहोत, असं जर तुम्हाला कधी जाणवलं असेल तर तुमच्या लक्षात येईल की, आपल्या डोपामाइनवर आघात झाला तर आपलं आयुष्य किती कठीण होऊन जातं.

जगभरात होणारा समाजमाध्यमांचा (सोशल मीडिया) वापर हा प्रतिदिन साधारण १४५ मिनिटं इतका आहे (स्टॅटिस्टा, २०२१). म्हणजे लोकप्रिय समाजमाध्यमांसाठी, वेबसाइट्ससाठी लोक प्रतिदिन दोन तासांपेक्षा जास्त वेळ खर्च करत असतात. काही लोक याहूनही अधिक वेळ खर्चत असतील. अन्य काही गोष्टींप्रमाणेच समाजमाध्यमंही आपल्याला गुंतवून ठेवतात आणि आपल्या डोपामाइन प्रणालीवर परिणाम करतात. समाजमाध्यमांवर माहितीचा अविरत ओघ चालू असतो. त्यातली काही माहिती महत्त्वाची असते, काही गमतीशीर आणि मजा वाटेल अशी असते. त्या ओघात आपल्या हाती महत्त्वाची माहिती कधी लागेल हे सांगता येत नाही आणि म्हणून आपण त्या माहितीच्या ओघात गुंतून राहतो. समाजमाध्यमंही अर्थातच समाजाशी निगडित असल्यानं ती अधिक तीव्रतेनं पुढे येतात. मान्यता, संपर्क, आपुलकी यांसाठी आपण उत्सुक असतो आणि समाजमाध्यमांवरील सामाजिक उत्तेजनेतून येणाऱ्या लाइक्स, रीट्विट्स, कॉमेन्ट्स इत्यादींच्या माध्यमातून आपल्याला ती ओळख आणि महत्त्व प्राप्त होत असतं.

आपली डोपामाइन प्रणाली प्रामुख्याने समाजमाध्यमांद्वारे प्रभावित होऊ शकते. एखाद्या गमतीच्या व्हिडिओचं किंवा अन्य गोष्टीचं

नोटीफिकेशन कधी येईल, हे आपल्याला माहीत नसतं. म्हणजेच त्यात नियमितता नसते आणि म्हणून त्यातला नावीन्याचा घटक अबाधित राहतो. अगदी हीच युक्ती वापरून कॅसिनोमध्ये लोकांना वारंवार येण्यासाठी उद्युक्त केलं जातं. लॉटरी आणि रॅफेल्समध्येही हेच तंत्र वापरलेलं असतं. त्यातही आपल्या मेंदूमध्ये यशाची अपेक्षा निर्माण केली जाते, पण ते यश नक्की काय असेल हे निश्चित नसतं. अशा ठिकाणच्या तंत्रज्ञांना या प्रक्रियेची माहिती असल्यामुळे ते मानवी जैवप्रणालीमधल्या या कमतरतेला लक्ष्य साधून आपल्या व्यवसायाची रचना करतात. दुसऱ्या शब्दांत सांगायचं, तर माणसाच्या मेंदूतील रिवार्ड प्रणालीची पिळवणूक करून त्याला दर्जाहीन आणि कधीच न थांबणाऱ्या २४ बाय ७ बातमीचक्रात आणि माहितीच्या अविरत ओघात गुंतवून ठेवलं जातं.

पण असा भ्रष्ट व्यवहार करणाऱ्या मोठ्या कंपन्याच केवळ आपल्या मेंदूला व्यसनाधीन करतात असं नाही. तर त्रासदायक नातेसंबंधांमध्येही आपल्याला असंच घडताना दिसतं. आपल्या जोडीदाराकडून आपल्याला अपेक्षित असलेलं प्रेम आणि आपुलकी मिळत असते, पण क्वचितच. ती कधी मिळेल याचा आपल्याला अंदाज नसतो. बौद्धिक मानसशास्त्राच्या अभ्यासकांच्या हे लक्षात आलं आहे की, सकारात्मक गोष्टींच्या सातत्यपूर्ण ओघाच्या तुलनेत अशा अधूनमधून क्वचितच घडणाऱ्या चांगल्या गोष्टींच्या विचारात आपण अधिक गुंतून राहतो. तुम्ही अशा एखाद्या व्यक्तीला भेटला आहात का जिला त्रासदायक नात्याची इतकी सवय झाली आहे की, आनंदी व निरोगी नात्यात राहणं अशक्य होऊन गेलं आहे? त्यांच्यातली डोपामाइनचं प्रणाली अनियंत्रित आहे, याची खात्री बाळगा.

सतत अनुभवाला येणाऱ्या सकारात्मक गोष्टींच्या तुलनेत अनिश्चित असलेल्या आणि अचानक येणाऱ्या सकारात्मक अनुभवांमध्ये आपण अधिक अडकून राहतो. समाजमाध्यमं, गेम्स यांची रचना करणाऱ्यांना आणि संबंधित अन्य व्यावसायिकांना याची चांगली जाण असते. आधुनिक जगातले अनेक घटक आपल्या मेंदूतील या प्रणालीच्या 'कमतरते'चा फायदा घेत आपल्याला आपल्या हिताविरुद्धच्या गोष्टींमध्ये गुंतवून ठेवत असतात आणि आपल्याला काही निश्चित गोष्टी करायला भाग पाडून आपल्या डोपामाइनचा स्राव बिघडवत असतात. इतरही काही घटक मेंदूतील डोपामाइन प्रणालीला प्रभावित करत असतात. मादक द्रव्य हे त्याचं एक प्रमुख उदाहरण

आहे. कारण मादक द्रव्यांचं व्यसन मेंदूला जबरदस्तीनं डोपामाइन निर्माण करायला लावतं. याचं प्रमाण इतकं वाढतं की, अशा लोकांना सर्वसामान्य जीवनातले आनंद/सुखं पुरे वाटेनाशी होतात. ज्यांना मादक द्रव्यांचं व्यसन लागतं त्यांना अन्य गोष्टींमधून आनंद घेणं शक्य होत नाही. त्यासाठी त्यांच्याकडे मादक द्रव्य सेवनाचं प्रमाण वाढवणं एवढाच उपाय उरतो. पण सगळ्याच मादक द्रव्यांचा परीणाम एकसारखा नसतो, तर ज्यांना मादक द्रव्य मानलं जात नाही असे पदार्थही व्यसन ठरू शकतात. (डायना, २०११, द डोपामाइन हायपोथिसिस ऑफ ड्रग एडिक्शन अँड इट्स पोटन्शिअल थेरेप्युटिक व्हॅल्यू.) साखर आणि अन्य गोड पदार्थही असा परिणाम निर्माण करू शकतात. मेंदूला उच्च पातळीवरच्या डोपामाइनसह काम करण्याची सवय लागते. त्यासाठी त्याला साखरेचं प्रमाणही अधिक आवश्यक असतं. आवश्यक प्रमाणात साखर मिळाली नाही, तर त्या व्यक्तीला विचित्र वाटू लागतं. साखरेचं व्यसनच लागतं आणि एकदा साखरेच्या सेवनाचं प्रमाण वाढलं की, ते कमी करणं कठीण होऊ शकतं. मेंदूवर अति साखर सेवनाचा परिणाम मादक द्रव्यासारखा होऊ शकतो. हळूहळू साखरेमुळे आपल्यातलं डोपामाइनचं प्रमाण वाढ जातं आणि ते तसं वाढतं ठेवण्यासाठी आपल्याला साखर सेवनाचं प्रमाण वाढवावं लागतं. (लुईस, २०१७, जेव्हा आपण साखर सोडून देतो तेव्हा आपल्या मेंदूवर काय परीणाम होतो?)

अत्यधिक रोमांच यामुळेही डोपामाइनचं प्रमाण वाढू शकतं. मैदानी खेळाडूंच्या अनुभवातून हे दिसून येतं. त्यांच्या मेंदूला उच्च स्तरीय डोपामाइनसह कार्य करण्याची सवय लागलेली असल्याने त्यांना आपल्या सरावात नेहमी काहीतरी आव्हानात्मक करणं आवश्यक असतं. कारण आव्हानात्मक नसलेल्या सराव विधींमध्ये त्यांना आधीप्रमाणे रोमांचक अनुभव येत नाही. (डोमिंग्वेज, २०१५, व्हाय आर वुई एडिक्टेड टू एक्स्ट्रीम स्पोर्ट्स?) धोका असलेली कामं, लैंगिक क्रियांचे काही प्रकार आणि अन्य काही गोष्टींमध्येही असाच रोमांचक अनुभव येऊ शकतो आणि डोपामाइनचा स्तर वाढू शकतो. त्यामुळे अशा गोष्टी आपल्या दैनंदिन जीवनात बाधा निर्माण करत असल्या आणि आपल्यासाठी धोका निर्माण करत असल्या, तरी त्या सोडणं शक्य होत नाही. डोपामाइनच्या तीव्र प्रमाणाची सवय झाल्यावर आपल्याला नेहमीच्या जीवनातल्या गोष्टींमध्ये आनंद घेता येत नाही. त्यामुळे आपल्यामधल्या डोपामाइनच्या वाढत्या

प्रमाणानुसार आपल्याला अधिकाधिक काम करणं आणि रोज काहीतरी आव्हानात्मक, नवीन शोधणं आवश्यक होतं. पण ते नेहमीच सहज उपलब्ध नसतं किंवा सुरक्षितही नसतं. समाजमाध्यमांत किंवा गेमिंगमध्ये अडकल्यामुळे ध्येयाच्या, स्वप्नांच्या मार्गात अडथळे येत असले तरीही, अनेक लोकांना ते एकदम सोडणं शक्य होत नाही. त्यातून मिळणारा तात्पुरता आनंद आणि लवकरच आपल्याला काही फायदा होणार आहे, या आकर्षणामुळे ते थांबवणं शक्य होत नाही. म्हणूनच काही गोष्टी आपल्यासाठी योग्य आहेत हे माहीत असूनही आपण त्यांचं पालन करू शकत नाही आणि काही गोष्टी आपल्या मूल्यांच्या विरोधात आहेत हे माहीत असूनही आपण त्या करत राहतो. दुसऱ्या शब्दांत सांगायचं तर, आपण डोपामाइनच्या आहारी गेलेले असतो. इथे आपण ज्या समस्येवर चर्चा करणार आहोत ती समस्या म्हणजे अत्याधिक डोपामाइन. पण त्यात समस्या काय आहे? डोपामाइन चांगलं नाही का?

डोपामाइनचं कार्य हे रिवार्ड/पुरस्कार आणि अपेक्षा यांहून अधिक गुंतागुंतीचं आहे. डोपामाइनचं प्रमाण अधिक असेल तर एकाग्रता साधणं अवघड होतं. विशेषत: ज्यातून तत्काळ आणि सहजपणे उत्तेजना मिळत नाही किंवा जे ध्येय प्राप्त करण्यासाठी मेहनत करावी लागते अशा गोष्टींवर लक्ष केंद्रित करता येत नाही. अशा वेळी, आपण लगेचच कंटाळतो. आपला एकाग्रता अवधी कमी होत आहे, क्षीण होत आहे हे आपल्या लक्षात येतं. त्यावर उपाय म्हणून आपण अधिक उत्तेजना मिळेल अशा गोष्टींचा शोध घेऊ लागतो.

डोपामाइनच्या अत्यधिक प्रमाणामुळे माणूस अनपेक्षित कृती करू लागतो. म्हणजे तो भावुकतेनं वागतो, त्याचं चिडचिडेपण, आक्रमकता यांत वाढ होते किंवा त्याला आनंदातिरेक जाणवतो. त्यामुळे अर्थातच अयोग्य निर्णय घेतले जाऊ शकतात. मादक द्रव्यांच्या सेवनामुळे डोपामाइन स्तराचा अतिरेक होतो. तसा अतिरेक झाल्यावर चित्रविचित्र भास होण्यासारखी घातक लक्षणं दिसू लागतात. पण सामान्य स्तरावर चिंता करण्यासारखं काही नसतं. डोपामाइनचं प्रमाण वाढलं तर आपण दैनंदिन जीवनातले आनंद घेऊ शकत नाही आणि दैनंदिन कामं मार्गी लावण्यासाठी आवश्यक ते भान राखू शकत नाही (डिन्स, २०११, डोपामाइन प्रीमिअर).

मग आपली डोपामाइन प्रणाली ताब्यात घेण्यासाठी आणि आपली कार्यप्रणाली बदलण्यासाठी आपण काय करायला हवं? आपल्या डोपामाइनचा स्तर स्वास्थ्यपूर्ण रीतीनं कमी करण्यासाठी डोपामाइन प्रणालीवर नियंत्रण कसं मिळवायचं ते आता पाहू.

प्रकरण १

आपली एकाग्रता परत मिळवा

सर्व प्रकारचे विक्रेते आपल्या डोपामाइन प्रणालीवर नियंत्रण मिळवण्याच्या आणि आपल्याला त्यांच्या उत्पादनांशी जोडण्याच्या क्लृप्ती चांगल्या प्रकारे जाणतात. आपण तसं का करू शकत नाही? डोपामाइन प्रणालीचं काम कसं चालतं, हे एकदा समजल्यावर आपण डोपामाइनचं प्रमाण कमी करू शकतो आणि त्याचा वापर चांगल्या कामांसाठी, आपली ध्येयं पूर्ण करण्यासाठी करू शकतो. आपल्या डोपामाइन प्रणालीवर अन्य कोणाला नियंत्रण मिळवू देण्याऐवजी स्वत:च ती नियंत्रित करण्याचा विकल्प निवडू शकतो आणि आपली एकाग्रता, प्रेरणा पुन्हा परत मिळवू शकतो. बायोहॅकिंगचं (शरीराची-मनाची कार्यपद्धती सुधारण्यासाठी विविध तंत्रांद्वारे त्यात परिवर्तन घडवून आणणे) स्पष्ट उदाहरण देणं कठीण आहे. त्याविषयी थोडक्यात सांगायचं तर अचेतनाला चेतनारूप देणं आणि स्वत: स्वत:च्या शरीर-मनाच्या जैविक प्रक्रियांवर सक्रिय नियंत्रण प्राप्त करणं. आपण आपल्या मेंदूच्या कार्यप्रणालीमध्ये दररोज कार्यात्मक आणि संरचनात्मक स्तरांवर बदल घडवतो आहोत, याकडे लक्ष दिलं पाहिजे. खरं तर आपण नेहमीच आपली जैविक प्रणाली नियंत्रित/हॅक करत असतो. प्रश्न एवढाच आहे की, ते आपण सजगतेनं करत असतो का, आपल्या हितासाठी करत असतो का, ते आपोआप घडत आहे, की आपण स्वत:च ते करत आहोत? आपण जे काही शिकतो आणि ज्या सवयी लावून घेतो त्यामुळे आपल्या

मेंदूमध्ये बदल घडून येत असतात. आपण न्यूरोप्लास्टिसिटीला धन्यवाद दिले पाहिजेत; कारण त्यामुळेच आपल्या मेंदूतला प्रत्येक भाग, त्याची काम करण्याची पद्धत आणि त्यांच्या संरचना परिवर्तनशील आहेत. अर्थातच, डोपामाइन मार्ग त्याला अपवाद नाही. (बेगा, सॅटीन, गॅलेनो, क्यूटूली आणि सॅम्पेड्रो-पिकेरो, २०१७ न्यूरोप्लास्टिसिटी आणि स्वस्थ जीवनशैली, यातला संबंध कसा समजून घ्यावा?)

आपण आपल्या सवयी बदलून किंवा डोपामाइनचा स्तर कमी करण्यासाठीचे विशिष्ट सराव करून मेंदूच्या संचालन पद्धतीमध्ये परिवर्तन घडवून आणू शकतो आणि आपला वेळ, आपली मेहनत केवळ महत्त्वाच्या गोष्टींसाठीच केंद्रित करू शकतो.

त्यासाठीच्या उपायांमधलं एक उदाहरण म्हणजे तथाकथित 'डोपामाइन डिटॉक्स' (डिटॉक्स - घातक द्रव्यांचा निकास). यामध्ये विशिष्ट गतिविधी टाळून मेंदूतील डोपामाइनचा स्तर जाणीवपूर्वक कमी करण्याचा प्रयत्न केला जातो. त्यासाठी आपण काही विशिष्ट सवयी लावून घेऊ शकतो, उत्पादकता वाढवू शकतो, विचलित होणं कमी करू शकतो आणि विशिष्ट तंत्रांद्वारे काम पूर्ण करण्याची शक्यता वाढवू शकतो.

पुढे जाऊन ही तंत्रं समजून घेण्यापूर्वी एक सूचना. डोपामाइन हा आपल्या मेंदूमधला एक महत्त्वाचा घटक आहे आणि एक महत्त्वाचं रसायन आहे, जे आपल्याला प्रेरणा देत राहतं आणि नवनवीन गोष्टींचा शोध घेण्यासाठी प्रवृत्त करत असतं. लक्षात ठेवा की, डोपामाइन वाईट नाही किंवा त्यापासून सुटका करून घ्यावी अशीही गोष्ट नाही. डोपामाइन डिटॉक्सचा उद्देश डोपामाइनचा स्तर कमी करणं आहे. पण डोपामाइन हे मेंदूमध्ये नेहमीच उपस्थित असतं आणि ते महत्त्वाचं कार्य करत असतं. ज्यापासून स्वत:ला वाचवावं असा तो घटक नाही. उलट, तो आपल्या शरीरातील चलनवलनामधला एक स्वस्थ आणि मोठा भाग आहे. जेव्हा त्याचं वाढलेलं प्रमाण आपल्यासाठी, आपल्या ध्येयांसाठी नुकसानकारक ठरण्याची शक्यता निर्माण होते, तेव्हाच आपण ते कमी करण्याची आवश्यकता असते. लक्षात ठेवण्याची आणखी एक गोष्ट म्हणजे निम्नलिखित तंत्र ही वैद्यकीय उपचारांची आवश्यकता असलेल्या व्यसनमुक्तीसाठी नाहीत. ज्या लोकांना एखाद्या विशिष्ट गोष्टीचं व्यसन लागतं त्यांनी वैद्यकीय मदत घेणं आवश्यक असतं. मादक द्रव्यांमुळे निर्माण झालेल्या समस्यांसाठी अन्य तंत्रंही वापरली

जातात. डोपामाइन डिटॉक्सने त्या समस्या दूर होण्याची शक्यता कमी आहे. जुगाराच्या व्यसनासाठीही हीच गोष्ट लागू होते. त्यामुळे व्यावसायिक मदत घेणं उचित आहे.

वरील गोष्टी स्पष्ट झाल्यावर आता अशा तंत्रांचा विचार करू या, जी आपल्या डोपामाइन प्रणालीला हॅक करण्यासाठी आणि आपल्याला विचलित करणाऱ्या आकर्षणांच्या अविरत ओघामध्येही आपली प्रेरणा पुन्हा प्राप्त करून घेण्यासाठी मदत करतील आणि तत्काळ समाधानाच्या लालसेपासून वाचवतील. तुम्ही डोपामाइन कमी करू शकता आणि डोपामाइनच्या अत्यधिक स्तरावर अवलंबून न राहता स्वतःच्या कामांचा सार्थ आनंद घेऊ शकता. आपल्या वागण्यात बदल करणं नेहमीच सोपं नसतं. डोपामाइन आपल्याला आकर्षित करण्यासाठीच असतं आणि म्हणूनच ते कमी करणं कठीण असतं. कारण ते एक असं रसायन आहे, जे आपल्याला अधिकाधिक गोष्टी प्राप्त करणे, कार्य उत्तम रीतीनं करणे आणि आपल्या ध्येयांसाठी, स्वप्नांच्या पूर्ततेसाठी प्रयत्न करणे यासाठी प्रेरित करत असतं. जेव्हा आपल्या डोपामाइनचा स्तर वाढतो तेव्हा लक्ष एकाग्र करणं कठीण होतं; पण हळूहळू मेंदूला त्यामध्ये संतुलन साधण्याची सवय होईल. इथे काही साधारण उपाय दिलेले आहेत, ज्यांद्वारे तुम्हाला तुमच्या डोपामाइन स्तरावर आणि सवयींवर नियंत्रण मिळवण्यासाठी सहायक ठरतील.

अनुकूल वातावरण तयार करा :

जर तुम्ही स्वतःच्या फोनपासून डिटॉक्स होण्याचा प्रयत्न करत असाल तर तुमचा फोन तुमच्याजवळ असू नये. तुम्हाला जे पुस्तक वाचायचं आहे, ते पटकन घेता यावं यासाठी तुमच्याजवळ असायल हवं. आपलं वातावरण अशा सूचक आणि आठवण करून देणाऱ्या गोष्टींनी युक्त असलं तर ते आपल्याला विशिष्ट वर्तणुकीच्या मार्गाने घेऊन जाऊ शकतं.

टेबलवर ठेवलेल्या फळांच्या तुलनेत टेबलवरच्या चॉकलेट आणि कँडीचा मोह आवरणं कठीण असतं.

तुमच्या आसपासच्या गोष्टींमधले साधे बदलही तुमच्या सवयींमध्ये बदल करण्यासाठी सहायक ठरू शकतात आणि त्यामुळे तुम्हाला नकारात्मक वर्तन थांबवणं सोपं होतं. एकदा गंभीरपणे स्वतःच्या खोलीचं निरीक्षण करा.

तिथे तुम्हाला विचलित करणाऱ्या गोष्टी कोणत्या आहेत आणि ध्येय साध्य करण्यासाठी आवश्यक असलेल्या गोष्टी कोणत्या आहेत ते पहा.

स्वत:कडे असलेल्या सर्व साधनांचा उपयोग करा आणि शक्य असेल तर अन्य लोकांचीही मदत घ्या :

मात्र, केवळ स्वत:च्या इच्छाशक्तीवर अवलंबून राहू नका. कारण दिवसभरामध्ये इच्छाशक्ती कमी होत जाते. शिवाय, जर तुम्ही एखाद्या तणावामध्ये असाल किंवा दमलेले असाल तर इच्छाशक्तीची हार होण्याची शक्यता असते. तुम्ही प्रेरित असलात तरीही कधीकधी ध्येयावर लक्ष केंद्रित करणं अवघड होतं (बॉमेस्टर एट अल, २००७, द स्ट्रेंथ मॉडेल ऑफ सेल्फ कंट्रोल). असं होणं अगदीच सामान्य आहे. पण आधी सांगितल्याप्रमाणे, आपल्या आसपासचं वातावरण बदलून आणि उपयुक्त साधनांचा वापर करून तुम्ही स्वत:च्या इच्छाशक्तीवर अवलंबून राहणं कमी करू शकता. स्वत:ला समाजमाध्यमांपासून दूर ठेवणं हे यातलं सर्वांत मोठं आव्हान आहे. त्यासाठी तुम्ही ॲप्स ब्लॉक करू शकता किंवा इंटरनेट बंद ठेवू शकता. एखाद्या व्यक्तीची मदत मागून आपला फोन एखाद्या दिवसापुरता तिच्याकडे सोपवू शकता. मदत मागण्यात संकोच करू नका.

सामाजिक आधारही मिळवा आणि सामाजिक जबाबदारीही स्वीकारा :

अन्य लोक तुम्हाला मदत पुरवू शकतात, पण त्यांचं समर्थनही तितकंच महत्त्वाचं असतं. तुमचा ज्यांच्यावर विश्वास आहे त्यांना आणि ज्यांच्याकडून समर्थन मिळण्याची शक्यता आहे त्यांना तुमच्या ध्येयाची माहिती द्या. ते लोक तुम्हाला प्रोत्साहन देतील, तुमचं काय चाललं आहे ते समजून घेतील आणि तुमच्यावर काही जबाबदारीही सोपवतील. तुम्ही एक दिवस समाजमाध्यमांपासून दूर राहणार आहात, हे जर तुम्ही इतरांना सांगितलं तर तुमचं ध्येय गाठण्याची शक्यता वाढते.

डोपामाइनवर ताबा मिळवण्याची तुम्ही कोणती प्रक्रिया करत आहात हे सांगण्यासाठी तुम्हाला एखादा जबाबदार मित्र मिळाला तर आणखीनच छान! तुम्ही आपापले अनुभव एकमेकांना सांगू शकता आणि विशिष्ट

आव्हानांचा सामना करण्यासाठी एकमेकांना भावनिक आधारही देऊ शकता. एकमेकांना आपली प्रगती कळवण्याची आणि वेळोवेळी प्रगती तपासून पाहण्याची जबाबदारी अन्य एखाद्या ध्येयप्रेरित मित्राकडे सोपवू शकता. परिस्थिती कठीण असली तरीही जबाबदारीची जाणीव आपल्याला आपल्या ध्येयावर दृढ राहण्यासाठी मदत करते (आऊसडीक आणि अन्य, २०१७ 'अकाउंटॅबिलिटी : अ मिसिंग कन्स्ट्रक्ट इन मॉडेल्स ऑफ अधेरेन्स बिहेव्हिअर अँड इन क्लिनिकल प्रॅक्टिस).

स्वत:विषयी दया दाखवा :

आपण एखादी चूक केली की स्वत:विषयी कठोर विचार करू लागतो. पण स्वत:वरच टीका केल्यामुळे आपण माघार घेण्याची शक्यता असते. दररोज अनुभवाला येणारा डोपामाइनचा प्रवाह टाळणं आणि जुन्या सवयी सोडून देणं कठीण असतं. यात एखादा दिवस खंड पडला किंवा जुन्या सवयी पुन्हा सुरू झाल्या तरी स्वत:विषयी दयाळूपणानं समजून घेतलं तरच पुढे आपल्या वागण्यात सुधारणा होऊ शकते (बायबर अँड एलिस, २०१७).

लक्षात ठेवा की, एका चुकीतून सावरता येतं; पण दुसरी चूक टाळणं चांगलं. जे काही झालं असेल ते मान्य करा आणि त्यातून काय धडा घेता येईल हे स्वत:ला विचारा. त्यामुळे पुढच्या वेळी आणखी चांगलं काम करण्यासाठी मदत होईल.

चावता येईल एवढाच घास घ्या :

अँड्र्यू किर्बी (२०२०, डोपामाइन डिटॉक्स मालिका) यांनी आग्रहानं सांगितलं आहे की, डोपामाइनशी संबंधित जितक्या सवयी आपण बदलू शकू असा विश्वास तुम्हाला आहे, तितक्याच सवयींवर काम करा. एखादी सवय सोडणं कठीण आहे असं वाटलं तर ती सोडू नका. काहीच गोष्टी कमी करा. एकदम सगळं कमी करायला जाऊ नका. या प्रक्रियेत यश मिळवणं आवश्यक आहे कारण ते तुम्हाला पुढे जाण्यासाठी प्रोत्साहक ठरतं. अन्यथा, आपण आपल्या सवयी सोडण्यासाठी असमर्थ आहोत अशी तुमची खात्री होईल.

स्वत:ला यशासाठी सज्ज करा, अपयशासाठी नाही. जे करता येईल तेच ठरवा आणि ते सहजतेनं करा. आवश्यकता भासली तर आपल्या ध्येयाचा पुनर्विचार करून ते बदलण्यात संकोच बाळगू नका. टप्प्याटप्प्याने पुढे जा.

काही विचार आणि सूचना :

डोपामाइन आणि त्याविषयीची धोरणं यांवर आपण करणार असलेल्या चर्चे संबंधी काही विचार आहेत. हे सर्व विचार गांभीर्यानं समजून घ्या आणि तुमच्या परिस्थितीशी जुळवून घ्या. हे उपाय सर्वांसाठीच चांगलं काम करतील असं नाही, कारण जर तुम्हाला सतत समाजमाध्यमांवर असणं आवश्यक असेल; उदाहरणार्थ, तुम्हाला अगदी रोजच समाजमाध्यमांवर काम करावं लागत असेल किंवा तुम्ही एखाद्या आपात्कालीन सेवेमध्ये कार्यरत असल्यामुळे तुम्हाला २४ बाय ७ फोनवर उपलब्ध असेल तर डोपामाइन डिटॉक्स लागू करणं सहज शक्य होत नाही. त्यामुळे आपल्यासाठी काय लागू होऊ शकेल आणि आपल्याला कशाचा उपयोग होईल याचा विचार करा. इथे दिलेली प्रत्येक गोष्ट तुम्ही करू शकत नसलात तरी ठीक आहे.

डोपामाइन हा हानिकारक घटक नाही, हेसुद्धा लक्षात ठेवा. ते आपल्या मेंदूतील एक नैसर्गिक रसायन आहे आणि आपल्यासाठी आवश्यकही आहे. जेव्हा आपण डोपामाइन 'डिटॉक्स'विषयी किंवा डोपामाइन 'उपवास' या प्रक्रियेविषयी बोलतो तेव्हा आपण डोपामाइनपासून मुक्त होण्याच्या प्रयत्नांत नसतो. कारण ते अशक्य आहे आणि मुळात ते आपलं ध्येयच नाही. समाजमाध्यमांचा अतिरेकी वापर आणि साखरयुक्त पदार्थांसारख्या हानिकारक सवयींशी संबंधित डोपामाइनचा उच्चतम स्तर कमी करणे आणि स्वत:ला स्वत:शी पुन्हा एकदा जोडून घेणं हे आपलं ध्येय आहे. त्यात अशी परिस्थिती निर्माण करणं अपेक्षित आहे जिथे मेंदूला आपोआप काम करू देण्याऐवजी तुम्ही जाणीवपूर्वक पुन्हा एकदा आपल्या स्वास्थ्यकारक सवयी आणि सर्जनशीलतेला प्राधान्य देऊन त्यांचा आनंद घेऊ शकता. इथे आपलं सक्षमीकरण आणि आपल्यात स्वास्थ्यवर्धक बदल करण्याविषयी सांगितलं आहे. तसंच 'डिटॉक्स' आणि 'उपवास' या लोकप्रिय शब्दांनी या प्रक्रियेचं रूपकात्मक पद्धतीनं चांगलं वर्णन झालं आहे.

डोपामाइन उपवास, डिटॉक्स आणि निम्नलिखित अन्य धोरणांचा उद्देश मादक द्रव्यांच्या व्यसनांसाठी किंवा जुगारासारख्या समस्याप्रधान सवयींसाठी उपाय योजणे हा नाही. आपल्याला अशा प्रकारचं काही व्यसन आहे असं तुम्हाला वाटलं, तर व्यावसायिक मदत घ्यायला हवी. डायग्नोस्टिक अँड स्टॅटिस्टिकल मॅन्युअल ऑफ मेंटल डिस्ऑर्डर (पाचवी आवृत्ती) किंवा DSM-५ (AP, २०१३) अनुसार केलेली व्यसनाची व्याख्या :

- एखाद्या पदार्थाचे आपल्या इच्छेपेक्षा अधिक सेवन करणे किंवा वापर करणे. (आपल्या इच्छेपेक्षा अधिक काळ जुगारासारख्या गोष्टीत गुंतणे.)
- थांबण्याची इच्छा असणे पण तसे करण्यास असमर्थ असणे.
- तो पदार्थ किंवा वर्तनाचे साधन मिळवण्यासाठी बराच वेळ खर्च करणे, त्याचे परिणाम भोगणे, त्याबद्दल सतत विचार करणे.
- त्या पदार्थाची/वर्तनाची सतत इच्छा होत राहणे.
- आपल्या नातेसंबंधांमध्ये, कामात, शिक्षणात किंवा इतर बाबतींमध्ये समस्या निर्माण होऊ लागल्या तरीही त्या पदार्थात किंवा वर्तनात गुंतलेले राहणे.
- कामाच्या ठिकाणी, शाळेत किंवा घरामध्ये तशा वर्तनामुळे आपल्या निहित जबाबदाऱ्या पूर्ण करण्यास असमर्थ ठरणे.
- त्या पदार्थासाठी किंवा वर्तनासाठी अन्य महत्त्वाच्या गोष्टी सोडून देणे.
- तोच तोच अनुभव घेण्यासाठी पदार्थ अधिक वापरण्याची किंवा वर्तन अधिक करण्याची आवश्यकता भासणे.

डोपामाइन हे जरी व्यसनाशी संबंधित असले, तरीही पुढे दिलेली तंत्रं या समस्येसाठीचे उपचार होऊ शकत नाहीत. या समस्यांसाठी अनेकदा व्यावसायिक मदतीची आवश्यकता असते आणि वैद्यकीय उपचारांचीही गरज लागू शकते. जेव्हा तुम्हाला जाणवेल की, आपला वास्तवाशी असलेला संबंध तुटतो आहे किंवा इथे दिलेल्या माहितीपलीकडे जाणारी अन्य वैद्यकीय आणि मानसिक लक्षणं जाणवतील तेव्हाही असंच केलं

पाहिजे. आपला डोपामाइन स्तर कमी करण्यासाठी आणि आपलं लक्ष, आपल्याला जाणवणारा कंटाळा आणि आपली प्रेरणा यांवर अधिक नियंत्रण मिळवण्यासाठी सहायक ठरतील अशा काही तंत्रांचा विचार आता आपण बारकाईने करू या.

सारांश :

- डोपामाइन हे एक शक्तिशाली अणि गुंतागुंतीचं न्यूरोट्रान्समीटर आहे. पण आधुनिक जग या घटकाचं स्वास्थ्य आणि योग्य संतुलन बिघडवू शकते. डोपामाइन आपल्याला आनंद आणि पुरस्कार अनुभवण्यास, अपेक्षा आणि इच्छा अनुभवण्यास, तसंच नावीन्य शोधण्यास प्रवृत्त करतं. पण डोपामाइन प्रणाली अनियंत्रित असेल तर मात्र प्रेरणा, आनंद अनुभवण्याची आपली क्षमता, आवेग नियंत्रण, मन:स्थिती, एकाग्रता, लक्ष, स्वयंशिस्त आणि इच्छा इत्यादींमध्ये लक्षणीय बिघाड होऊ शकतो.
- आपण आपल्या न्यूरोकेमिस्ट्रीच्या कृपेवर जगत नसतो. तसंही मेंदू हा प्लास्टिकसारखा आहे आणि जर आपल्याला त्याच्या कार्यतंत्राची माहिती असेल आणि जर आपण त्या तंत्राला धोरणात्मक रूप देण्यासाठी काम केलं तर ते तंत्र बदलता येतं.
- आपल्या वर्तनात परिवर्तन घडवून आणणं कठीण करणाऱ्या घटकांमधला एक घटक म्हणून डोपामाइन व्यसनाचा विचार केला जाऊ शकतो. परिणामत: क्षणाक्षणाला आपल्याकडे येत असलेल्या माहितीवर होणाऱ्या प्रक्रियेत आणि त्यानुसार केल्या जाणाऱ्या कृतींमध्ये अधिक नियमितता आणण्यासाठी 'डोपामाइन डिटॉक्स'ची मदत होऊ शकते.
- जर डोपामाइन हे इच्छाशक्तीसाठी जैवरासायनिक प्रतिनिधित्व करत असेल, तर त्यावर नियंत्रण मिळवायला शिकल्यामुळे अधिक स्वभान, स्वनियंत्रण आणि स्वनियमन वाढवण्यासाठी मदत होते. डोपामाइन प्रणालीद्वारे आपण आपलं वर्तन सुधारण्यासाठी विविध तंत्रं आणि पद्धती वापरू शकतो.

- लक्ष केंद्रित करणं आणि लक्ष देणं शक्य होईल असं वातावरण आपण निर्माण करू शकतो. उदाहरणार्थ, स्मार्ट फोनसारखे आपलं लक्ष विचलित करणारे घटक दूर ठेवणे. आपल्या ध्येयांप्रति वचनबद्ध राहण्यासाठी आणि आपलं वर्तन नियंत्रित राखण्यासाठी योग्य ते ॲप्स, प्रोग्राम वापरा किंवा इतरांची मदत घ्या.
- चुका होणं साहजिकच आहे. त्यामुळे चूक झाल्यावर स्वतःला फटकारण्याऐवजी स्वतःविषयी अनुकंपा बाळगा. चुकांमधून शिका आणि आपल्या चुकांवर लक्ष केंद्रित करण्याऐवजी पुढे जा. त्याचप्रमाणे, टप्प्याटप्प्यानं विचार करत रहा आणि चावता येईल एवढाच घास घ्या. काही तंत्रं तुमच्या उपयोगाला येतील, काही निरुपयोगी ठरतील. प्रयोग करत रहा.

प्रकरण २

सर्व समस्या संपवण्यासाठी डिटॉक्स करा

डोपामाइन डिटॉक्स हे एक असं धोरण आहे जे तुमच्या मेंदूतील डोपामाइनची पातळी कमी करण्यासाठी सहायक ठरू शकतं. विद्यमान सिद्धान्त आणि संशोधनातून आलेलं हे तंत्र तुलनेनं नवं आहे आणि तुम्ही ज्यामध्ये गुंतून राहता त्या सर्व क्रियाकलापांपासून तुम्हाला दूर ठेवण्यासाठी मदत करतं. जर तुम्ही अशा प्रकारे डिटॉक्स केलं तर तुमच्या लक्षात येईल की, बरेचसे शब्द व्यसनाधीनतेतून आलेले असतात आणि त्याचं कारण अल्कोहोल आणि ड्रग्जसारख्या 'क्लासिक' मानल्या गेलेल्या व्यसनांमध्ये जे होतं अगदी तेच ऑनलाइन शॉपिंग, इन्स्टाग्राममध्ये गुंतणं किंवा रात्रीच्या वेळी जेव्हा तुम्ही झोपलं पाहिजे तेव्हा तासन्‌तास मोबाइल फोनवर डूमस्क्रोलिंग करत राहणं यामध्ये होत असतं.

तुम्ही स्वत:साठी स्वत:वर मिळवलेलं प्रभावी नियंत्रण (बायोहॅक) म्हणजे अतिमानवी स्मृती जागवणं किंवा अभेद्य अशी रोगप्रतिकारक शक्ती निर्माण करणं नाही, तर डोपामाइन सहन करण्याच्या बौद्धिक आणि मानसिक सीमांचं उल्लंघन करणं. तुमच्या मेंदूला 'सोप्या' गोष्टींमधून किंवा उच्च पातळीवरच्या क्रियाकलापांमधून डोपामाइन घेण्याची सवय असते. तेव्हा आपण काहीही न करता आपल्या डोपामाइनचं प्रमाण वाढतं. त्यामुळे अधिक चांगले परिणाम करणाऱ्या आणि अधिक स्वास्थ्यपूर्ण, अधिक

उद्देशपूर्ण अशा कामांपासून आपण दूर राहतो. पण त्वरित समाधान देणाऱ्या सर्व गोष्टींच्या तुलनेत आपल्याला खूप कंटाळवाणंही वाटतं. नाही! हे काही आपल्या अस्तित्वावरच आलेलं संकट नाही. तुमची डोपामाइन प्रणाली नुकतीच तुटलेली आहे.

डोपामाइन डिटॉक्स हे तुमच्या मेंदूला पुनर्स्थापित करण्यासाठी आणि नवीन गोष्टी अनुभवण्यासाठी प्रवृत्त करण्याचं एक साधन आहे. इथे 'डिटॉक्स' हा शब्द वापरलेला असला तरीही डोपामाइन हा विषारी पदार्थ आहे आणि तो तुम्ही तुमच्या मेंदूतून काढून टाकायला हवा असा याचा अर्थ नाही. तो तिथेच असेल. याचा अर्थ एवढाच की, ज्यामुळे तुम्हाला अन्य महत्त्वाच्या गोष्टी करणं शक्य होत नाही आणि जे नियंत्रित करणं कठीण आहे, असं डोपामाइनचं उच्चतम प्रमाण कमी झाल्यामुळे तुम्हाला थोडं शांत वाटेल (अँड्र्यू किर्बी, २०२०, डोपामाइन डिटॉक्स). डोपामाइन हे इन्सुलिन स्तरांसारखं आहे. त्यामध्ये दोन्हींतही संवेदनशीलता राखून, एकमेकांशी ताळमेळ ठेवत शक्य तितक्या योग्य प्रकारे काम करण्याची आवश्यकता असते. उत्कृष्ट अशा न्यूरो-यंत्रणेनं तुमच्यासाठी काम करावं हा डोपामाइनवर ताबा मिळवण्यामागचा उद्देश असतो. याचा अर्थ कठोर परिश्रम, योग्य प्रकारची आव्हानं, संयम, स्वयंशिस्त आणि खऱ्या अर्थानं मिळवलेला आनंद उपभोगण्यासाठी शरीराला आणि मनाला सज्ज करणे असा आहे.

इथे काही सवयी आणि काही कृती दिल्या आहेत, ज्यांतून तुम्हाला डोपामाइन प्राप्त होतं; पण त्या तुमच्यासाठी फारशा चांगल्या नाहीत.

- समाजमाध्यमं, मेसेंजर्स आणि फोनचा वापर
- व्हिडिओ गेम्स आणि मोबाइल गेम्स
- विविध प्रस्तुती, चित्रपट पाहणे आणि एकंदरीत माहिती घेत राहणे
- अश्लील कार्यक्रम पाहणे
- साखरेचे पदार्थ आणि अन्य चमचमीत पदार्थ अति प्रमाणात खाणे, जंकफूड खाणे
- कॉफी, चहा, चॉकलेट, सोड्याचे काही प्रकार, साखर घातलेली पेये, मादक द्रव्य

- ऑनलाइन शॉपिंग आणि खरेदी करायची नसली तरी उगाच केलेलं ब्राऊझिंग
- इंटरनेटवरची आकर्षक शीर्षकं पाहून भडकावू तसंच भावना उद्दीपित करणाऱ्या धोरणाने तयार केलेल्या माहितीत गुंतणे.

या सर्व गोष्टींमुळे आपला खूप जास्त वेळ वाया जातो आणि आपल्या डोपामाइनचा स्तरही खूप जास्त वाढतो. या गोष्टी जीवनासाठी जंकफूडसारख्या असतात. आपण त्यांचा वापर करतो तेव्हा त्या चांगल्या वाटतात, पण त्यांच्यामध्ये आध्यात्मिक आणि भावनिक पोषणमूल्यांचा अभाव असतो. शिवाय, अशा गोष्टी तुम्हाला आधीपेक्षा अधिक वाईट परिस्थितीत घेऊन जातात. एक गोष्ट लक्षात घेण्यासारखी आहे की, लाभदायक ठरणाऱ्या सर्व गोष्टी डोपामाइन निर्माण करू शकतात; पण तत्काळ समाधान देणाऱ्या गोष्टी अधिक शक्तिशाली असल्याने त्या सोडणं कठीण होऊ शकतं.

डोपामाइन डिटॉक्स म्हणजे आपला मेंदू नव्यानं कार्यान्वित करणं आणि स्वत:ला, स्वत:बरोबर राहू देणं. जेव्हा आपण डोपामाइनच्या गदारोळातून बाहेर येतो आणि स्वत:ला कंटाळू देतो, स्वत:बरोबर एकांतात राहतो आणि विचारांचा ओघ चालू राहू देतो; तेव्हा काय होतं हे जाणून घेण्यासाठी या डिटॉक्सची मदत होते. तीव्र इच्छा, असमाधान आणि दीर्घ प्रतीक्षा सहन करायला शिका. ते सुरुवातीला दु:खद वाटू शकेल, पण त्याद्वारे वास्तविक तुम्ही अधिक आनंद अनुभवण्याची क्षमता निर्माण करत असता. हे वर्षानुवर्षं जंकफूड न खाल्लेल्या माणसासारखं आहे. असा माणूस अति प्रक्रिया केलेल्या आणि तळलेल्या अति तेलकट पदार्थांचा आनंद घेऊ शकत नाही. त्याला खरोखरीच नैसर्गिक, पौष्टिक आणि उत्तेजक नसलेल्या अन्नातून अधिक आनंद मिळतो.

तर मग आपण आपल्या जीवनात ठोस बदल घडवून आणण्यासाठी या तत्त्वांचा वापर नक्की कशा प्रकारे करू शकतो, हे स्पष्ट करण्याची पहिली पायरी म्हणजे डोपामाइन डिटॉक्सची व्याख्या लक्षात घेता ते सहज साध्य नाही. ते सहज सोपं, आनंददायी किंवा रोमांचक वाटेल असं नाही आणि ते तसं असणं अपेक्षितही नाही. एक दिवस केलेल्या डिटॉक्स प्रक्रियेतून बाहेर

येताना काय वाटतं याकडे लक्ष द्या आणि अगदी कमी प्रयत्नात स्वत:मध्ये झालेले टोकाचे बदल अनुभवा. तो डोपामाइनचाच प्रभाव आहे!

डोपामाइन डिटॉक्स प्रक्रिया सुरू करण्यासाठी सुरुवातीला एक दिवस डिटॉक्स करणं हा सर्वोत्तम मार्ग आहे आणि किर्बी यांनी वर्णन केल्यानुसार ते 'हार्ड रिसेट' आहे. त्या चोवीस तासांमध्ये तुम्ही काय कराल? तर आधी सांगितल्याप्रमाणे, तुमच्या डोपामाइनला उत्तेजित करणाऱ्या कोणत्याही क्रियाकलापांमध्ये तुम्ही सहभागी व्हायचं नाही. तुम्ही तुमचा संगणक किंवा फोन अजिबात वापरायचा नाही. मादक द्रव्यांचं आणि उत्तेजक पेयांचं सेवन करणार नाही. गेममध्ये गुंतणार नाही आणि तत्काळ समाधान देणाऱ्या कोणत्याही क्रियाकलापामध्ये भाग घेणार नाही. तुम्ही काही स्वत:ला शिक्षा करत नाही आहात, तर आयुष्यात साठलेलं जंकफूड काढून टाकत आहात. तुम्हाला जर या डिटॉक्स प्रक्रियेमध्ये सहजतेनं सामील व्हायचं असेल, तर तुम्ही आधी सांगितलेल्या क्रियाकलापांमध्ये कपात करू शकता. सगळ्यात आधी तुमच्या लक्षात येईल की, तुम्हाला तुमचा फोन, टीव्ही किंवा गोड पदार्थ यांविषयी रोखता येणार नाही अशी ओढ वाटते आहे. ते ठीक आहे. डिटॉक्स ही कल्पना कशी मूर्खपणाची आहे आणि आता ती का करायची नाही, यासाठी तुमच्या मनात लाखो कारणं येत राहतील. तेही ठीक आहे. त्या वेळी तुम्ही निराश, रागावलेले किंवा कंटाळलेले असू शकता. ते साहजिकच आहे. फक्त या सगळ्यांची जाणीव ठेवा आणि वर्तमानात रहा. तुम्ही तुमचे आवेग आणि धारणा यांत बदल घडवून आणत आहात. धीर धरा. अशा प्रकारे, स्वत:ला नियंत्रणात ठेवणं किंवा काही करायला जबरदस्तीनं भाग पाडणं कसं वाटतं? तुम्हाला जे हवं ते तत्काळ मिळालं नाही तर जग संपून जाणार आहे का? आणि खरंच, तुम्हाला जी गोष्ट गरजेची वाटते ती खरंच इतकी महत्त्वाची आहे का?

तुम्हाला तुमच्या आतापर्यंतच्या व्यसनाधीन वर्तनाच्या पोकळ जगात अचानकच तोटा जाणवू लागतो. त्याऐवजी आता तुम्ही ज्यात वेळ घालवू लागता ते म्हणजे :

- ध्यानधारणा
- नोंदी ठेवणे किंवा लेखन करणे

- चालणे
- वाचन करणे
- इतरांबरोबर देवाणघेवाण करणे, वैयक्तिक संवाद साधणे.

जर तुम्हाला ही प्रक्रिया आणखी आव्हानात्मक करायची असेल आणि खऱ्या अर्थानं 'रिसेट' अनुभवायचं असेल, तर ध्यानधारणेव्यतिरिक्त अन्य काहीही करू नका. तुम्ही एक दिवस उपवासही करू शकता. तुम्ही जितक्या गोष्टी करणं सोडून द्याल, तितकी ही प्रक्रिया कठीण होत जाईल. पण त्यातून मिळणारे फायदेही अधिक असतील. तुम्हाला स्वतःच्याच विचारांचा आणि भावनांचा, इच्छा आणि कल्पनांचा शोध घेता येईल आणि तुम्हाला विचलित करणाऱ्या गोष्टी तुमच्या मार्गात आल्या नाहीत तर तुम्ही कसे असू शकाल, याचा अनुभव घेऊ शकता.

एक दिवसाचा डिटॉक्स तुमच्या सर्व वर्तमान समस्या सोडवू शकणार नाही. पण त्यामुळे तुमच्या मेंदूला वेगळी चालना मिळते, अनुभव मिळतो. त्यामुळे तुम्ही मोठे आणि दीर्घकालीन बदल घडवून आणण्यासाठी सज्ज होता.

तुम्हाला कदाचित कंटाळवाणं वाटेल, निराशा येईल. तुम्ही पुन्हा तुम्हाला नेहमी विचलित करणाऱ्या गोष्टींकडे वळाल आणि तणावही अनुभवाल. कारण डिटॉक्स प्रक्रियेत तुम्ही स्वतःला सवयीच्या झालेल्या गोष्टींपासून वंचित ठेवत असता. अर्थातच, ते त्रासाचं असतं. पण ही अस्वस्थता तुम्ही सहन करू शकता. यामध्ये तुम्हाला स्वतःबद्दल काहीतरी नवीन आणि अनपेक्षित सापडेल आणि असं काहीतरी अनुभवायला मिळेल जे तुम्हाला एरवी अनुभवता येत नाही. मग अस्वस्थता निघून जाईल आणि या यशामुळे तुम्हाला सशक्तता जाणवेल.

समाधान अनुभवण्यासाठी तुम्हाला डोपामाइनच्या सहज उपलब्ध स्रोतांवर अवलंबून राहण्याची गरज नाही. समाजमाध्यमांवरील माहितीच्या आहारी जाण्याऐवजी चिंतन, सर्जन अशा उत्पादनक्षम गोष्टी करू शकता, ज्या तुमच्या जीवनाचा मार्ग अधिक गहन आणि अर्थपूर्ण करतील.

पुस्तकलेखन मोठं समाधान देतं. अर्थातच, ते सोपं नाही आणि त्यासाठी खूप वेळही लागतो. पण यूट्यूब व्हिडिओ आणि टिकटॉक बिंज यांच्या तुलनेत लेखनातून अभिमान, अर्थपूर्णता आणि आनंद यांचा दीर्घकालिक स्रोत प्राप्त होतो.

नियमितपणे व्यायाम करण्यातून केवळ समाधानच मिळतं असं नाही; व्यायामामुळे तुमच्या आरोग्यामध्ये मोठ्या प्रमाणात सकारात्मक बदल घडून येतात. पण अनेकदा व्यायाम हा तत्काळ समाधान देणारा स्रोत नसतो. कारण तो त्रासदायक आणि कठीण वाटू शकतो. शिवाय, त्यासाठी खास प्रयत्नही करावे लागतात. त्याचे परिणाम काही काळानंतर दिसून येतात आणि जर आपण दीर्घ काळ नियमितता टिकवू शकलो तर त्यातून मिळणारं समाधानही दीर्घ काळ टिकू शकतं.

विचार करा, तत्काळ समाधानावर लक्ष केंद्रित केल्यामुळे कोणत्या सवयींचा आणि कोणत्या ध्येयांचा पाठपुरावा करणं तुम्हाला जमत नाही आणि जर तुम्ही खऱ्या अर्थानं लक्ष केंद्रित करू शकलात, तुमच्यामध्ये उत्साह असेल आणि तुम्ही पुरेसा वेळ देऊ शकलात, तर तुम्ही काय साध्य करू शकता?

एका दिवसाचा डिटॉक्स हा नव्या आणि चांगल्या सवयी लावून घेण्याच्या दृष्टीनं पहिली पायरी आहे. पण एकदा डिटॉक्स केला आणि पुढे त्याचा पाठपुरावा केला नाही, तर त्याचा काही उपयोग होत नाही.

तीन दिवसांचा डिटॉक्स हे अधिक आव्हानात्मक काम होऊ शकतं आणि त्यामुळे आपण कोणत्या सवयी ठेवायच्या आहेत हे ओळखण्यासाठी मदत होते. यातही एक दिवसाच्या डिटॉक्ससारखाच विचार केला जाईल ज्यामध्ये तुमच्या डोपामाइनची पातळी वाढवणाऱ्या आणि विशेषत: समाजमाध्यमांवरील सर्व प्रकारची थरारक, उत्तेजक माहिती आणि कॅफीनमिश्रित द्रव्यांसह सर्व उत्तेजक द्रव्य यांचा वापर बंद केला जाईल. तरीही, तीन दिवसांच्या डिटॉक्समध्ये तुम्हाला कठोरता कमी जाणवेल. पण त्यादरम्यान उपवासासारखी कृती करू नका. एक दिवसानंतर कोणत्या सवयी अधिक अर्थपूर्णतेसह आपण पुन्हा अवलंबू इच्छितो याचा विचार करा.

समाजमाध्यमांपासून किंवा कॉफीपासून इतका काळ दूर राहिल्यावर कसं वाटतं आणि त्या गोष्टी पुन्हा आयुष्यात समाविष्ट करण्याच्या योग्यतेच्या आहेत का, याचा विचार करण्याची संधी या तीन दिवसांमध्ये तुम्हाला मिळेल.

स्वत:ला विचारा की, या गोष्टी खरंच जीवनात काही मूल्य घेऊन येतात का आणि तुम्हाला त्या गोष्टींची कमतरता वाटते की त्यातून

मिळणाऱ्या समाधानाची आणि उत्तेजनाची कमतरता वाटते. त्या गोष्टी नसताना तुम्हाला कसं वाटतं? त्या वेळी तुमचं लक्ष केंद्रित असण्याचं प्रमाण किती होतं? जेव्हा तुम्ही पुन्हा त्या गोष्टी जीवनात समाविष्ट करता तेव्हा काय होतं आणि तुमचं लक्ष बदलतं का?

सात दिवसांची डिटॉक्स योजना :

सात दिवसांच्या डिटॉक्स योजनेसाठी तुम्ही सात आठवड्यांमधला प्रत्येकी एक दिवस डिटॉक्स करण्यासाठी निवडायचा आहे. तो दिवस आठवड्याच्या शेवटचा दिवस असलेला चांगला, कारण तुमचं काम ईमेल्सना उत्तरं देणं, फोन आणि संगणक वापरणं यावर अवलंबून असू शकतं. दर आठवड्यातला एक दिवस री-सेटसाठी निश्चित करा आणि तुमचं लक्ष वेधून घेणाऱ्या सर्व क्रियाकलापांपासून दूर रहा. त्यामुळे तुम्हाला तत्काळ समाधान देणाऱ्या गोष्टींविषयी सजग, सावधान राहण्यासाठी आणि आपल्या ध्येयावर, कल्पनांवर लक्ष केंद्रित करण्यासाठी मदत होईल. तुम्ही जसजसा डिटॉक्स वाढवत जाता तसतसं तुम्हाला तुमच्या परिस्थितीसाठी आणि गरजांसाठी अधिक अनुकूल असलेल्या गोष्टींचे आणि क्रियाकलापांचे प्रकार कळू लागतात.

काही लोक डिटॉक्सला तार्किकतेच्या टोकाला घेऊन जातात : ते संबंधित गोष्टी पूर्णपणे बंद करून टाकतात किंवा इतरांशी संपर्कच तोडून टाकतात. पण त्याचा खरंच फायदा होतो, असं वाटल्याशिवाय तुम्हाला तसं करण्याची आवश्यकता नाही. डिटॉक्सचे परिणाम जाणवण्यासाठी केवळ अत्यधिक थरारक अनुभव देणाऱ्या गोष्टींपासून काही काळ दूर राहणं पुरेसं आहे.

याबाबतीत टोकाचा विचार केलात तर तुमच्या मनात संन्याशांचा किंवा तपस्व्यांचा विचार येऊ शकतो. अर्थात, तुम्हाला आव्हानच हवं असेल तर तुम्ही त्यांच्यासारखेही राहून बघू शकता. पण त्यामुळे तुमच्या स्वत:च्या कल्पना आणि धारणांना जोरदार अटकाव होऊ शकतो आणि त्यामुळे तुम्ही अस्वस्थ आणि अस्थिर होण्याची शक्यता असते.

लक्षात ठेवा की, आपण स्वत:ला स्वत:च्या मर्यादांच्या फार पलीकडे नेणं योग्य नाही. म्हणूनच या अनुभवासाठी प्रथम तुम्ही स्वत:ला काहीतरी

वेगळ्या प्रकारे तयार करा. आधी हलकं डिटॉक्स करून कसं वाटतं ते पहा. एका दिवसासाठी क्रियाकलापांची संख्या कमी करून पहा. हळूहळू तुम्ही केवळ ध्यानधारणा, विचारमंथन करत स्वत:च्या सहवासात राहण्यासाठी तयार झालेले असाल.

डोपामाइनचा उपवास :

डोपामाइन उपवास ही अशी संकल्पना आहे, जी डोपामाइन डिटॉक्स संकल्पनेनुसार बदलत जाते. आपण डोपामाइन उपवासाची व्याख्या, 'डोपामाइनशी संबंधित सवयींच्या दीर्घकालीन बदलाची प्रक्रीया,' अशी करू शकतो; तर डिटॉक्स हा अल्प काळाचा सराव आहे. डोपामाइन उपवास हा तुमच्या मेंदूतील डोपामाइनची पातळी कमी करण्याचा आणि तुमचं लक्ष केंद्रित करण्याचा आणखी एक मार्ग आहे.

डोपामाइन उपवास लोकप्रिय होत आहे कारण त्याद्वारे तुम्हाला स्वत:चा वेळ स्वत:साठी वापरता यावा आणि लक्ष केंद्रित करता यावं यासाठी डोपामाइनचं प्रमाण अत्यधिक वाढवणाऱ्या गोष्टी नियमिततेनं कमी करणं शक्य होतं. ही प्रक्रिया जशी असायला हवी तशी म्हणजे डोपामाइन डिटॉक्सच्या तुलनेत कमी तीव्र असते, ज्यामुळे तुम्हाला डॉ. केमॅरॉन सेराफ (२०१९, द डेफिनिटिव्ह गाइड टू डोपामाइन फास्टिंग २.० – द हॉट सिलिकॉन व्हॅली ट्रेंड) म्हणतात तसं विविध प्रकारची वर्तनं कमी करता येतात आणि विशिष्ट समस्याग्रस्त वर्तनांवर अधिक लक्ष केंद्रित करता येतं.

डोपामाइन उपवास या प्रक्रियेचा उद्देश विशिष्ट समस्याग्रस्त वर्तन कमी करणे आणि व्यायाम करणे, समाजात मिसळणे अशा चांगल्या, मूल्याधारित आणि तुमच्यासाठी स्वास्थ्यपूर्ण असे क्रियाकलाप वाढवणे हा आहे.

डोपामाइन उपवासाद्वारे भावनावेगांवर नियंत्रण प्राप्त करण्याच्या प्रक्रियेमध्ये दररोज कमीतकमी एक किंवा अधिक तास उपवास करणं अपेक्षित आहे. त्याबरोबरच प्रत्येक आठवड्यातला एक दिवस, दर पंधरा दिवसांनी एक आठवड्याचा शेवटचा दिवस आणि दरवर्षी एक आठवडा असा उपवास करायचा आहे. दीर्घ काळच्या उपवासासाठी तुमच्या वातावरणात बदल केला जायला हवा. त्यासाठी सहलीला जाणे किंवा एक दिवस कुठेतरी बाहेर, आधुनिक जगातल्या मोहमयी गोष्टींपासून दूर व्यतित

करणे आवश्यक आहे. जर तुम्ही ही प्रक्रिया तुमच्या कुटुंबामध्ये राहून करत असाल आणि तुमचे कुटुंबीय अशा कोणत्याही समस्येमध्ये अडकलेले नसतील, तर बाहेर जाणं अधिक योग्य ठरेल. कारण त्या लोकांच्या क्रियाकलापामुळे तुमचं लक्ष वेधलं जाईल आणि तुमचा प्रक्रियेचा वेळ खर्च होईल. बाहेर गेल्यामुळे अशा आकर्षणांपासून स्वत:ला वाचवणं सोपं होतं आणि न कंटाळता प्रक्रिया करणं शक्य होतं (कंटाळा येणं हे वाईटच असतं, असं नाही).

कधीकधी तुम्हाला एखादी सवय सोडून देणं शक्य होत नाही. उदाहरणार्थ, तुम्हाला कुटुंबाबरोबर मिळून एखादा सिनेमा बघावासा वाटतो किंवा स्मार्ट फोन हातात घ्यावासा वाटतो. अशा प्रकारच्या वर्तनाला थोडा वेळ देणं आवश्यक असतं. त्यासाठी मर्यादा निश्चित करा आणि नियम स्पष्ट करा :

- दररोज फक्त पंधरा मिनिटं समाजमाध्यमांचा वापर करायचा.
- फक्त रात्री जेवणाच्या आधी स्मार्ट फोन वापरायचा.
- आपल्या जोडीदाराबरोबर एखाद्या कार्यक्रमाच्या मालिकेचा फक्त एकच भाग बघायचा.

वेळेच्या बाबतीत मर्यादा निश्चित करा आणि त्यांचं कठोरपणे पालन करा; आपण काय करतो आहोत आणि कशा प्रकारे करतो आहोत, ते इतरांना सांगायला घाबरू नका. जर तुम्हाला भान राहत नसेल तर प्रक्रिया तपासून पाहण्यासाठी टायमरचा वापर करा आणि तुमच्या वर्तनाचं निरीक्षण नोंदवणारे ॲप्सही वापरा. प्रत्येक वर्तनासाठी वर्तनाची सुरुवात आणि शेवट दोन्ही दर्शवणारे स्पष्ट ट्रिगर्स/संकेत ठेवणं ही एक चांगली कल्पना आहे. उदाहरणार्थ,

- रात्रीच्या जेवणानंतर फोन बाहेर काढायचा आहे.
- राइडची वाट पाहत असताना संदेश पाठवायचा आहे.
- सात ते साडेसात या वेळात एक कार्यक्रम बघायचा आहे आणि कार्यक्रमाचा एक भाग झाल्यावर थांबायचं आहे.

तुम्हाला अडकवून ठेवणाऱ्या आणि त्रासदायक ठरणाऱ्या कोणत्याही समस्याप्रधान वर्तनासाठी तुम्ही ही प्रक्रिया करू शकता. त्या वर्तनासंबंधी उपवास केला की, म्हणजेच ते वर्तन प्रयत्नपूर्वक टाळलं की, तुम्हाला असलेली त्याची सवय कमी होत जाते. जेव्हा तुम्ही असा उपवास करता तेव्हा तुमच्या मर्यादा स्पष्ट ठरलेल्या असल्यामुळे इतर लोक तुमचा गांभीर्यानं विचार करतात आणि तुमच्या निर्णयाला समर्थनही देऊ शकतात. पण याउलट डॉ. सेराफ डोपामाइन डिटॉक्सच्या काळात सर्व क्रियाकलाप सोडून द्यायचा सल्ला देत नाहीत; तर ते म्हणतात की व्यायाम, सर्जक कार्य, काहीतरी तयार करणे, स्वच्छता करणे इत्यादी नियमित आणि आनंददायी क्रियाकलापांवर लक्ष केंद्रित करणं महत्त्वाचं आहे. त्यातून तुमची ध्येयं आणि मूल्यं प्रतिबिंबित होतात. नवी आणि तुम्हाला आवडतील अशी कौशल्यं शिकणं किंवा तुमच्यामध्ये असलेल्या कलेला विकसित करणं अशा तुमच्या ध्येयांशी मिळत्याजुळत्या क्रियाकलापांसाठी वेळ राखून ठेवा.

डोपामाइन उपवास हा शाश्वत परिणामासाठी आहे. म्हणूनच तुम्ही स्वत:साठी योग्य अशी एक रणनीती आखणं आणि वास्तववादी वेळापत्रक तयार करणं महत्त्वाचं आहे. डोपामाइनचे सर्व स्रोत केवळ बंद करून टाकण्याचा प्रयत्न करू नका, तर त्याऐवजी ज्यामुळे तुमच्यासाठी एखाद्या प्रकारची समस्या निर्माण होत असेल अशा वागणुकीवर लक्ष केंद्रित करा. यामुळे तुम्हाला ज्यातून आनंद मिळतो अशा अन्य क्रियाकलाप न थांबवता डोपामाइनची पातळी कमी करणं शक्य होईल.

सजगता आणि जाणीव :

सजगता राखणं ही एक अशी सवय आहे ज्यामुळे तुम्हाला विविध क्रियाकलापांमधला अविचारी भाग आणि तत्काळ समाधान मिळवण्याची धडपड कमी करायला मदत करते. गेमिंग किंवा समाजमाध्यमांवर स्क्रोल करत राहणे यासारख्या वेळ वाया घालवणाऱ्या आणि तुमचं लक्ष भरकटवणाऱ्या क्रियाकलापांसाठी सजगतेचा विशेष उपयोग होऊ शकतो. सजगता तुम्हाला आवेगप्रधान वर्तन कमी करण्यासाठी मदत करते आणि ज्यामुळे तुमचं लक्ष वेधलं जाऊन डोपामाइन पातळीमध्ये मोठी वाढ होईल असे आवेग टाळण्यासाठी तुमच्या मेंदूला प्रशिक्षित करते. अशा प्रकारे

तत्काळ समाधान रोखलं जातं आणि त्यामुळे आवेगात अचानक मोठी वाढ करणारी अधीरता, तणाव कमी करून डोपामाइनची पातळी संतुलित, स्थिर राखली जाते.

सर्व प्रकारचे विक्रेते आणि उत्पादन निर्माते अनेकदा अशा प्रकारची उत्पादनं बनवतात जी वापरायला सोपी असतात आणि वापरणाऱ्याला काही प्रमाणात तरी त्या उत्पादनाची सहज सवय लागून जाते. उदाहरणार्थ, समाजमाध्यमांचे अनेकविध पैलू असे आहेत ज्यांमुळे आपल्याला त्या माध्यमाचं व्यसन जडू शकतं. उदाहरणार्थ, अखंडितपणे स्क्रोलिंग करत राहणं किंवा ठळक नोटीफिकेशन्स दिसताच लगेच त्यात काय आहे हे बघावसं वाटणं. नेटफ्लिक्ससारख्या अन्य काही सेवांमध्येही अशी काही रचना केलेली असते ज्यामुळे ती सेवा सुरूच ठेवली जाते. त्यावर एकामागून दुसरा कार्यक्रम येतच राहतो आणि आपल्याला ते बघणं भाग पाडलं जातं.

या माध्यमांचा अविचारी वापर आणि डोपामाइनची पातळी सहज वाढून तत्काळ समाधान लाभेल अशी नियमितपणे केली जाणारी वर्तनं यांवर सजगता एक उत्तम उपाय ठरतो. पण या माध्यमांचा वापर सजगतेनं केल्यामुळे आपल्याला आपल्यासाठी महत्त्वाच्या असलेल्या गोष्टींवर लक्ष केंद्रित करायला आणि आपल्या गरज सकारात्मक पद्धतीनं पूर्ण करायला मदत होते. सजगतेशिवाय केलेला वापर हा तत्काळ समाधान मिळवण्यासारख्या विशिष्ट गरजा पूर्ण करण्याच्या उद्देशानं होत असतो. आपल्याला स्वत:साठी मूल्यवान आणि सकारात्मक असलेल्या गोष्टींचा शोध घेऊन त्यांचा वापर करण्याची सवय पुन्हा एकदा लावून घेण्यासाठी सजगतेचा उपयोग होतो (आर्मर, २०१९, फ्रॉम माइंडलेस टू कन्झ्युमर, सोशल अँड एन्व्हारनमेंटल सस्टेनेबिलिटी).

सजगता म्हणजे कोणतेही निष्कर्ष न काढता वर्तमानात उपस्थित असणे आणि आपल्या अंतर्गत संवेदना आणि बाह्य उत्तेजनांकडे लक्ष देणे. याचा अर्थ सध्या काय घडत आहे, तुम्हाला काय वाटत आहे आणि तुमचा अनुभव काय आहे, यांवर संपूर्ण लक्ष केंद्रित करणं. अविचारानं दीर्घ काळापासून लावून घेतलेल्या सवयींचं चाललेलं चक्र विशेषत: समाजमाध्यमांवर वेळ घालवणे, टीव्ही पाहणे इत्यादी थांबवण्याचं काम सजगतेमुळे होऊ शकतं.

त्यातून मिळणारा अनुभव तुम्हाला काही मूल्यवान विचार देत आहे का, हे स्वत:ला विचारा. तुम्ही स्वत: त्याचा आनंद घेत आहात का? त्याविषयी तुम्हाला काय वाटतं? तुमच्या मनात कोणत्या भावना येत आहेत? (मिले, व्हिलारोएल ऑर्डेनेस आणि कपलान, २०२०, माइंडफुल कन्झम्पशन : थ्री कन्झ्युमर सेगमेंट व्ह्यूज).

सजगतेनं वापर करणं म्हणजे सर्व समाजमाध्यमांचा वापर थांबवणं किंवा अन्य काहीही न करणं असा नाही, तर सातत्यानं ध्यान करणं असा आहे. तुमच्यासाठी मौल्यवान असलेल्या आणि ज्यांमधून तुम्हाला खऱ्या अर्थानं आनंद मिळतो, काही शिकायला मिळतं, अशा गोष्टींचा वापर करून त्यांचा आनंद घेण्यासाठी सजगतेचा उपयोग होतो (मिले, व्हिलारोएल ऑर्डेनेस आणि कपलान, २०२०, माइंडफुल कन्झम्पशन : थ्री कन्झ्युमर सेगमेंट व्ह्यूज).

केवळ वर्तमानात राहून प्राप्त क्षणांवर लक्ष केंद्रित केल्यामुळेही सजगता जोपासली जाऊ शकते. जेव्हा तुम्हाला असं करायचं आठवतं किंवा जेव्हा तुम्ही असं करायचं ठरवता तेव्हा तुम्ही त्या क्षणी जे काही अनुभवत असाल त्यावर लक्ष केंद्रित करून सजगता जोपासण्याचा सराव करू शकता.

याचा दुसरा मार्ग म्हणजे सजगतेनं ध्यानधारणा करण्याचा सराव- सजगता जोपासण्याचा हा अधिक संरचनात्मक मार्ग आहे. हे कौशल्य विकसित केल्यामुळे आपल्यामध्ये लक्षणीय सुधारणा होऊ शकते आणि निरर्थक माहितीत रमण्याची तसंच तत्काळ समाधानप्राप्तीची ओढ कमी होऊ शकते. सजगता धारण केल्यामुळे तुम्ही जे करत आहात त्यातील क्षणिक आवेगांनुसार वर्तन करत राहण्याऐवजी पुढे आपण काय करायचं आहे याची निवड करण्यासाठी सक्षमता प्राप्त होते. अधिक अर्थपूर्ण आणि दीर्घकालीन समाधान मिळवण्याच्या दृष्टीनं तुमच्या सवयी बदलून जीवनातल्या विविध अनुभवांमधून मिळणारा आनंद आणि समाधान, यांत वाढ करणं सजगतेमुळे शक्य होतं हे सिद्ध झालं आहे. सजगता ही डोपामाइन पातळी कमी करण्यासाठीची एक चांगली समर्थक रणनीती आहे आणि आपल्याला येणाऱ्या कंटाळ्याचाही चांगला उपयोग करून घेण्यासारख्या अन्य तंत्रांसाठीचा एक उपयुक्त ठरणारा पायाही आहे.

कंटाळ्याचा उपयोग करणे :

साध्या शब्दांत सांगायचं तर कंटाळा ही एक नको असलेली मानसिक अवस्था आहे. आपल्याला कंटाळायला आवडत नाही. म्हणूनच कंटाळा दूर ठेवण्यासाठी आपण काही न काही करत राहतो. पॉडकास्ट्स, सांगीतिक कार्यक्रम, आपला स्मार्ट फोन, भावनावेगामुळे काहीतरी खात राहणे, अशा अनेक गोष्टी आपल्याला डोपामाइनद्वारे कंटाळा दूर ठेवायला मदत करतात. पण तुम्ही या अवस्थेचाही फायदा करून घेऊ शकता. कंटाळ्यामुळे डोपामाइनचं प्रमाण कमी होऊ शकतं; कारण त्यामध्ये कोणतीही उत्तेजना नसते, पण तीच अवस्था आपल्याला नवीन गोष्टी करून बघण्यासाठी प्रवृत्त करते आणि आपल्या मेंदूला कार्यान्वित होण्यासाठी मदत करते. अन्यथा, आपण आपल्यासमोर सहजतेनं येणारी तयार माहिती जशी आहे तशी बघत राहतो.

कंटाळवाणेपणा हा उत्पादकता आणि सर्जकता यांसाठी प्रेरक ठरू शकतो, तसंच उत्तेजना कमी असलेल्या अनेक गोष्टींचा आनंद घेण्यासाठीही सहायक ठरतो. काही वेळ कंटाळा सहन केल्यावर आपण सर्जनशीलतेच्या दृष्टीनं चांगलं काम करू शकतो आणि त्या गोष्टींचा संपूर्ण आनंद घेऊ शकतो.

कंटाळवाणेपणाची व्याख्या, 'मज्जातंतूच्या उत्तेजनाचा मार्ग' अशी केली जाऊ शकते. कारण आपल्याला नेहमी आपल्या मेंदूला गुंतवून ठेवेल असं काहीतरी हवं असतं. जेव्हा अशा गोष्टी बाहेरून प्राप्त होत नाहीत तेव्हा आपला मेंदू स्वत:च्या कल्पकतेमधून, समस्यानिवारण क्षमतेमधून आणि सर्जनशीलतेतून अशा प्रेरणा निर्माण करतो.

आपण स्वत:ला कधीच कंटाळा येऊ देत नाही, अगदी मिनिटभरासाठीही नाही. पण त्यामुळे आपल्यावर काही प्रमाणात ताण येतो आणि त्यात आपली मानसिक शक्तीही खर्च होते. कंटाळा आपल्याला आपल्यातली ऊर्जा पुन्हा मिळवण्यासाठी आणि अधिक सजगतेनं स्वत:ला गुंतवून घेण्यासाठी उपयुक्त ठरतो (डुचार्मे, २०१९, बिइंग बोअर्ड कॅन बी गुड फॉर यू - इफ यू डू इट राइट. हिअर इज हाऊ).

मग तुम्ही तुमच्या कंटाळ्याला तुमच्या फायद्यासाठी कसं वापराल? स्वत:ला कोणत्याही उत्तेजनेविना राहू द्या. आपल्या मनाला भटकू द्या आणि

वेगवेगळ्या ठिकाणी जाऊ द्या. जेव्हा तुम्ही खरोखरच कोणत्याही गोष्टीत कसोशीनं व्यग्र राहण्याचा प्रयत्न करत नसता, तेव्हा तुमच्या डोक्यात कोणकोणते विचार आणि कोणत्या कल्पना येतात, ते पहा (डुचार्मे, २०१९, बिइंग बोअर्ड कॅन बी गुड फॉर यू - इफ यू डू इट राइट. हिअर इज हाऊ). जेव्हा तुम्ही चालणे, बसून राहणे यांसारख्या उत्तेजना नसलेल्या, नेहमीच्या सोप्या कृती करत असता, तेव्हा आपल्या मनाला भटकू देणं सहज शक्य होतं. त्या वेळी स्वत:ला संगीताच्या किंवा समाजमाध्यमांच्या किंवा अन्य कोणत्याही गोष्टींद्वारे उत्तेजना पुरवू नका (डुचार्मे, २०१९, बिइंग बोअर्ड कॅन बी गुड फॉर यू - इफ यू डू इट राइट. हिअर इज हाऊ).

सुरुवातीला असं करणं कठीण होईल, ताणाचं वाटेल. याचं विशेष कारण म्हणजे आपल्याला कंटाळवाणेपणात राहण्याची सवय नसते. खरंच फोन आणि अन्य उपकरणं आपली कंटाळा सहन करण्याची क्षमता कमी करतात आणि याची विडंबना म्हणजे त्यामुळेच आपली सर्जनशीलता कमी होते आणि आपली स्वत:च्या सहवासात राहण्याची क्षमताही कमी होते.

तुम्ही विविध प्रकारच्या परिस्थितींमध्ये कंटाळ्याची सवय करून घेऊ शकता. पुढच्या वेळी जेव्हा तुम्ही एखाद्या रांगेत असाल किंवा प्रवास करत असाल, तेव्हा समाजमाध्यमांवर स्क्रोल करू नका, मेसेजेस करू नका आणि चॅटिंगही करू नका. ५, १०, १५ मिनिटं किंवा त्याहून अधिक वेळ स्वत:ला कंटाळा सहन करण्याचं आव्हान द्या आणि कंटाळ्याच्या त्या काळानंतर अन्य गोष्टी करणं कसं वाटतं ते पहा. सर्जनशीलता आवश्यक असलेल्या गोष्टी करण्यापूर्वी किंवा उत्तेजन स्तर कमी असलेल्या गोष्टींवर लक्ष केंद्रित करण्यापूर्वी स्वत:ला थोडा वेळ कंटाळा येऊ द्या. त्यामुळे त्या गोष्टी करण्याची तुमची धारणा कशी बदलते ते पहा.

कंटाळ्याला घाबरू नका : कारण कंटाळा तुमच्या मेंदूला उत्तेजित करतो आणि तुम्हाला तुमची कल्पनाशक्ती वापरण्यासाठी प्रेरित करतो. तत्काळ समाधान न देणाऱ्या क्रियाकलापांना तुमच्या मेंदूकडून दिल्या जाणाऱ्या प्रतिसादामध्येही यामुळे बदल दिसून येतो. आपल्या मेंदूला उत्साहित करणारी आणि मनोरंजन पुरवणारी उत्तेजना रोखून डोपामाइन कमी करण्यासाठीही याची मदत होते.

प्रक्रियेवर लक्ष केंद्रित करा :

आणखी एक महत्त्वाचा विचार म्हणजे परिणाम आणि पुरस्कार. पुरस्कार डोपामाइनला पातळीवर नेऊ शकतात. समाजमाध्यमांवरील गोष्टी बघून आपल्याला त्यांतील चित्रातल्यासारखं काही हवं आहे, ती चमकदार कार हवी आहे, ए+ ग्रेड हवी आहे, अशा इच्छा निर्माण होतात. एखाद्या छानशा व्हिडिओमुळे डोपामाइनची पातळी वाढणं आणि ते लगेचच हवंसं वाटणं सहज शक्य आहे. या सर्व प्रक्रियेला मिनिटाहूनही कमी वेळ लागू शकतो आणि अशा प्रकारे आपल्याला तत्काळ समाधानाची सवय लागू शकते. आपण ते बघतो- आपल्याला ते हवंसं वाटतं- आपल्याला ते समजतं- आपण पुढे जातो.

ही एक अशी प्रक्रिया आहे जी अनेक गोष्टींसाठी चांगली आणि योग्य आहे. पण अन्य बाबींमध्ये ती आपल्याला मागे खेचणारीही असू शकते. उदाहरणार्थ, व्यायामाची सवय लावून घेण्यात खूप वेळ जातो आणि सुरुवातीला आपल्याला ते त्रासदायकही वाटतं. रोज धावण्याचा सराव करताना सुरुवातीला काही दिवस घरी परतल्यावर उत्साही वाटण्याऐवजी वेदना आणि थकवा जाणवू शकतो. यात कोणतेही चांगले बदल पटकन दिसून येत नाहीत. पण काही आठवडे नियमितपणे धावण्याचा किंवा व्यायामाचा सराव केल्यावर तुम्हाला सकारात्मक परिणाम जाणवू लागतात. तुम्हाला तुमचे मूड्स, ऊर्जा इत्यादी बाबतींत बदल दिसू लागतात; पण जर तुम्ही वजन घटवण्यासाठी व्यायाम करत असाल, तर काही काळ तुम्हाला कोणतेही बदल दिसणार नाहीत.

व्यायामाची सवय काही काळानंतर फायदेशीर सिद्ध होऊ शकते. त्याचप्रमाणे कलेशी संबंधित, वैयक्तिक आणि व्यावसायिक विकास, शिक्षण, कौशल्यविकास इत्यादी दीर्घकालीन योजनांमध्येही डोपामाइन निर्माण होण्यासाठी वेळ लागतो. कारण अशा योजनांचे परिणाम दिसून यायलाही बराच काळ जावा लागतो.

आपण करत असलेल्या प्रत्येक गोष्टीत आपल्याला परिणाम अपेक्षित असतील तर आपल्याला त्वरित परिणाम न देणाऱ्या अनेक सवयी मुद्दाम लावून घ्याव्या लागतील. उदाहरणार्थ, जर तुम्हाला एखादं पुस्तक लिहायचं असेल तर तुम्हाला लेखनकला आत्मसात करावी लागेल, संपादन आणि

अन्य काही गोष्टीही शिकाव्या लागतील. तुम्ही जर डोपामाइनचा आणि प्रेरणेचा स्रोत म्हणून केवळ अंतिम परिणामावर म्हणजे पुस्तकावरच लक्ष केंद्रित केलं तर तुम्हाला बराच वेळ वाट बघावी लागेल. आपण आपलं ध्येय साध्य करण्यापासून खूप लांब आहोत असंही तुम्हाला वाटू शकेल आणि आपण करत असलेल्या अनेक उत्तम गोष्टींमध्ये हे असंच घडत असतं. त्यांना वेळ लागतो, शिस्त लागते आणि प्रयत्नही लागतात.

जेव्हा आपण फक्त परिणामांवरच लक्ष केंद्रित करतो, तेव्हा आपण स्वतःचं नुकसान करून घेतो; कारण तेव्हा आपण निश्चित परीस्थिती संपण्याची आणि परिणाम आपोआप समोर येण्याची वाट पाहत असतो. त्यामुळे अनेक सवयींद्वारे आपल्यामध्ये निर्माण होणाऱ्या डोपामाइनचं प्रमाण सीमित होतं आणि प्रगतीसाठी आवश्यक असणाऱ्या गोष्टी करण्याची आपली इच्छा कमी होते.

म्हणूनच, केवळ परिणामांवर लक्ष केंद्रित करण्याऐवजी प्रेरणा, उत्पादनक्षमता वाढवण्यासाठी आपण प्रक्रियेवर लक्ष केंद्रित केलं पाहिजे आणि जेव्हा फायद्याची अपेक्षा अधिक वाढल्यामुळे आपलं लक्ष विचलित होऊ लागतं तेव्हा आपल्या डोपामाइनची पातळी कमी राखली पाहीजे.

प्रक्रियेवर लक्ष केंद्रित केल्यामुळे डोपामाइनची पातळी कमी करण्याचं अंतिम ध्येय कसं साध्य होऊ शकतं? तर क्रियेतून मिळणाऱ्या फायद्यावर लक्ष केंद्रित करण्याऐवजी आपण जे काही करत आहोत त्यावर आणि त्यातून मिळणाऱ्या आनंदावर लक्ष केंद्रित होतं. त्यामुळे आपल्याला प्रक्रियेकडे लक्ष देणं भाग पडतं आणि प्रक्रियेवर ध्यान केंद्रित केलेलं असताना आपलं लक्ष विचलित करून आपल्याला अस्थिर करणाऱ्या गोष्टींपासून आपण दूर राहतो. अशा प्रकारे, आपल्या डोपामाइनची पातळी कमी होते आणि आपल्याला तत्काळ फायदा मिळाल्याने किंवा फायदा मिळण्याच्या अपेक्षेने वाढणाऱ्या डोपामाइनशिवाय काम करण्याची सवय लागते.

जेव्हा तुम्ही प्रक्रियेवर अधिक लक्ष केंद्रित करता, तेव्हा तुम्हाला तुमचं समाधान आणि परिणाम वाढवणारे विविध फायदे मिळू शकतात.

परिणामांवर लक्ष केंद्रित केल्यामुळे अनेकदा अपयशाची शक्यता निर्माण होते. तुमच्याकडून जर तुमच्या अपेक्षेनुसार चांगलं काम केलं नाही, तर तुम्ही निराश होता. निराशा ही एक अशी अवस्था आहे जी आपण

केलेल्या कामापेक्षा अधिक प्रमाणात फायद्याची अपेक्षा केली तर निर्माण होऊ शकते आणि नकारात्मकतेकडे घेऊन जाते (आनंदाश्चर्यामुळे आपला मेंदू डोपामाइन निर्माण करतो, त्याविरूद्ध अवस्था). परिणामांवर लक्ष केंद्रित करण्यातला धोका समजण्यासाठी काही लोकांना निराशेचा थोडासा अनुभवही पुरेसा असतो (त्झेरोपोलस आणि अन्य, २०११, द इम्पॅक्ट ऑफ डिसपॉइंटमेंट इन डिसिजन मेकिंग : इंटर-इंडिव्हिज्युअल डिफरन्सेस अँड इलेक्ट्रिकल न्यूरोइमेजिंग). डोपामाइन पातळी कमी करण्याच्या दृष्टीने ही गोष्ट चांगली असली तरी, प्रत्यक्षात ती आपल्याला दुसऱ्या टोकाला घेऊन जाऊ शकते आणि स्वत:मधली सुधारणा आणि विकास यांत मोठी बाधा येऊ शकते.

जेव्हा तुम्ही प्रक्रियेवर लक्ष केंद्रित करता, तेव्हा तुम्ही स्वत:ला निराशेपासून वाचवता. अर्थातच, तुम्ही तुमचं ध्येय साध्य करता आणि आपल्या अपेक्षेनुसार परिणाम दिसत नाहीत म्हणून तुम्ही प्रेरणा गमावण्याची शक्यताही कमी होते.

याचा दुसरा फायदा असा की, तुम्ही कार्यमग्न होता आणि वर्तमानाच्या प्रवाहात राहता त्यामुळे तुमची डोपामाइनची पातळी संतुलित राहते, सर्जनशीलता आणि समाधान यांत वाढ होते आणि एकंदरीतच जीवनशैलीत सुधारणा होते. प्रवाहात राहिल्यामुळे मनावर आणि शरीरावर सकारात्मक परिणाम दिसून येतात (Gold and Ciorciari, २०२०, a Review on the Role of the Neuroscience of Flow States in the Modern World).

परिणाम काय असतील याची काळजी न करता आपण जे करत आहोत त्यावरच पूर्ण लक्ष केंद्रित केल्यावर प्रवाहात राहण्याची अवस्था प्राप्त होते. प्रवाहात राहण्याच्या स्थितीचे गुणधर्म पुढीलप्रमाणे (गोल्ड अँड सिओर्सियारी, २०२०, अ रिव्ह्यू ऑन द रोल ऑफ द न्यूरोसायन्स ऑफ फ्लो स्टेट्स इन द मॉडर्न वर्ल्ड) :

- अधिकतम आणि सहजतेने कार्य होणं,
- संपूर्ण लक्ष कार्यावर केंद्रित असणं,
- नकारात्मक विचार, नकारात्मक कल्पना आणि शंका यांसह अन्य विचारांचं आणि स्वत:विषयीच्या विचारांचं प्रमाण कमी होणं,

- वेळ खूपच पटकन निघून जातो आहे असं वाटणं, वेळाचं भान न राहणं (तासन्तास कसे निघून जातात हे न समजणं).

जेव्हा तुम्ही प्रवाही स्थितीमध्ये प्रवेश करता, तेव्हा तुम्ही तुमच्यातल्या सर्वोत्तम क्षमतेनुसार काम करत असता. महत्त्वाची गोष्ट म्हणजे आपण चांगलं करत आहोत की वाईट करत आहोत याची चिंता न करता तुम्ही सर्जनशील आणि उत्पादनक्षम होऊ शकता.

ही प्रवाही स्थिती तुम्ही कशी प्राप्त करू शकाता? तर प्रक्रियेवर लक्ष केंद्रित करून. त्यात जे समाविष्ट आहे ते असं :

प्रथम तुम्ही स्वत:ला वेळ देणं आवश्यक आहे. प्रवाहीपण खरोखर अनुभवण्यासाठी तुम्हाला विचलित न होता थोडा वेळ काढावा लागेल. हे जमवण्यासाठी तुम्हाला मदत करतील अशी दोन मूलभूत तंत्रं आहेत.

पोमोडोरो तंत्र :

पोमोडोरो हे एक असं तंत्र आहे, ज्यामध्ये तुम्हाला तुमचं काम निश्चित कालखंडांमध्ये विभाजित करून त्यावर लक्ष केंद्रित करता येतं : यातील प्रथेनुसार २५ मिनिटांच्या एका खंडानंतर ५ मिनिटांची विश्रांती असते. कामामध्ये मग्न असतानाही पोमोडोरोची आठवण राहावी म्हणून तुम्ही टायमर सेट करू शकता. कामाच्या वेळात तुम्ही काहीही केलेलं नसलं तरी ठीक आहे. ठरल्या वेळी विश्रांती घ्या आणि पुन्हा प्रयत्न करा. अर्थात, ध्येय म्हणजे तुम्ही जे करत आहात त्यावर लक्ष केंद्रित करणे आणि कामाच्या २५ मिनिटांदरम्यान स्वत:ला विचलित होऊ न देणे. त्या वेळामध्ये तुम्ही तुमचं संपूर्ण लक्ष तुमच्या कामावर केंद्रित करा. (सिरिल्लो, २००६, द पोमडोरो टेक्निक.)

पोमोडोरो तंत्र प्रत्येक परिस्थितीमध्ये आणि प्रत्येक कामासाठी उपयोगाला येत नाही. काही लोकांना असं जाणवलं की, त्यांना त्यांच्या कामादरम्यान सतत त्यांचं लक्ष दुसरीकडे वळवावं लागतं किंवा लक्ष केंद्रित करण्यासाठी पोमोडोरो तंत्र त्यांना आवश्यक तितकी मदत करत नाही. तुम्ही प्रयोग करून बघू शकता; उदाहरणार्थ, पोमोडोरोपेक्षा कमी किंवा जास्त कालखंडात न थांबता काम करण्याचा प्रयत्न करा. त्यादरम्यान प्रसन्नता

आणणारं संगीत ऐकल्यामुळे किंवा अन्य मार्गांने लक्ष केंद्रित करण्यासाठी मदत होते का ते पहा.

काही लोक पोमोडोरोऐवजी टाइम ब्लॉकिंग किंवा टाइम बॉक्सिंग तंत्र अवलंबतात. हे तंत्र पोमोडोरोप्रमाणेच, पण तुमच्या संपूर्ण दिवसाचं किंवा अगदी आठवडाभराच्या कामाचंही नियोजन करून देतं.

टाइम ब्लॉकिंग :

टाइम ब्लॉकिंग हे पोमोडोरो तंत्रासारखंच आहे. पण ते प्रवाही स्थिती प्राप्त करणे आणि प्रक्रियेवर संपूर्ण लक्ष केंद्रित करणे, यापलीकडे जाऊन काम करण्यावर भर देते. हे तंत्र तुम्हाला तुमचा दिवस वेळेच्या ब्लॉक्समध्ये/खंडांमध्ये विभागण्यासाठी मदत करतं (यालाच टाइम ब्लॉक्स म्हणतात) आणि यात एका ब्लॉकमध्ये एकाच प्रकारचं काम करणं अपेक्षित असतं. (स्क्रॉग्ज, २०२१, टाइम ब्लॉकिंग.)

उदाहरणार्थ :

सकाळी १०.०० – दुपारी २.००	नव्या ग्राहकांसाठी प्रस्ताव तयार करणे
दुपारी १२.०० – दुपारी १.००	जेवणाची सुट्टी
दुपारी १.०० – दुपारी २.००	ईमेल्स-मेसेजेस तपासणे आणि त्यांना उत्तरे देणे
दुपारी २.०० – संध्याकाळी ५.००	नव्या योजनेवर काम करणे

टाइम ब्लॉकिंग तुम्हाला खरोखरीच प्रवाहात ठेवून तुमच्या सर्वोत्तम क्षमतेसह प्रयत्नपूर्वक कामात गुंतवून ठेवतं. हे तंत्र अधिक आनंददायी, आव्हानात्मक वाटतं आणि क्रियाकलापांमध्ये बदल करण्यासाठी लागणारा ताण आणि संसाधनांचं प्रमाण कमी करतं. (स्क्रॉग्ज, २०२१, टाइम ब्लॉकिंग)

टाइम ब्लॉकिंग हे तुलनेनं अलीकडचं तंत्र आहे. कामाच्या ठिकाणी आणि अन्य परिस्थितींमध्येही त्यातून चांगले परिणाम साधले गेलेले दिसतात. प्रक्रियेवर लक्ष केंद्रित करण्यासाठी आणि गुणवत्तेची काळजी न करता किंवा ताण न घेता कामाच्या परिणामांमध्येही सुधारणा होत राहण्यासाठी हे तंत्र उपयुक्त आहे (Scroggs, २०२१, Time Blocking).

प्रवाही अवस्थेत असल्यामुळे आपल्याला कामातून मिळणारे फायदे आणि विचलित करणाऱ्या गोष्टी विसरायला मदत होते आणि त्यामुळे डोपामाइनचं प्रमाण कमी राखलं जातं.

आव्हान तयार करा :

काही कामं मुळातच खूप कंटाळवाणी असतात. अशी कामं दीर्घ काळ चालत राहिली तर आपलं मन त्या कामात लागत नाही आणि अन्य गोष्टींकडे आकर्षित होतं, असं आपल्याला जाणवतं आणि त्यामुळे तुम्ही प्रक्रियेपासून दूर जाता. प्रवाही अवस्था सुधारण्यासाठीचा एक उपाय म्हणजे स्वत:साठी एक आव्हान तयार करणं.

तुम्ही करत असलेलं एखादं काम नेहमीपेक्षा अधिक वेगात, अधिक चांगल्या प्रकारे आणि नेहमीपेक्षा वेगळ्या प्रकाराने करण्याचं आव्हान स्वत:ला द्या. जेव्हा तुम्ही त्या कामाशी संबंधित असलेल्या गोष्टींव्यतिरिक्त अन्य काही ध्येय निश्चित करता, तेव्हा कंटाळवाणी कामंही काहीशी आकर्षक होऊ शकतात आणि आपल्यापुढे आव्हान उभं करू शकतात ज्यामुळे प्रवाही अवस्थेला प्रोत्साहन मिळतं.

समजा, तुम्हाला तुमचं टेबल नीट आवरायचं आहे. तर ते काम तीस मिनिटांत पूर्ण करायचं आव्हान स्वत:ला द्या. तिथे पडून असलेल्या किंवा ज्यावर पुन्हा काही काम करायचं आहे, अशा कागदपत्रांमधली अर्धी-निम्मी काढून टाका. तुम्हाला स्वच्छता करायला फारशी आवडत नसली तरी तुम्ही त्या कामाचा आनंद घेऊ शकता आणि त्यात काही आव्हानात्मक असेल तर त्यावर लक्ष अधिक केंद्रितही करू शकता.

त्या कामाला तुम्ही खेळाचं स्वरूपही देऊ शकता. कंटाळवाण्या आणि निरस कामांकडे खेळाच्या दृष्टीनं पाहिलं आणि त्यांची मजेदार रचना करून त्यासाठी काही गुण निश्चित केले तर अशी कामंही मनोरंजक होऊ शकतात. स्वत:ला एक गुप्तहेर समजा, ज्याला नेहमी संशयाच्या सुईपासून स्वत:ला वाचवावं लागतं किंवा परग्रहावरचा जीव समजा, जो मानवी मेज पाहून त्यात गुंतून गेला आहे. स्वत:ची सर्जनशीलता आणि कल्पकता वापरून आपण कोणतीही प्रक्रिया अधिक आनंद देणारी घडवू शकतो आणि पूर्वी जिथे केवळ कंटाळा, निराशा होती तिथे स्वत:साठी प्रवाही अवस्था निर्माण करू शकतो.

प्रवाही स्थिती ही डोपामाइनच्या उच्चतम पातळीशी संबंधित आहे आणि ती अवस्थाच आपल्यासाठी एक महत्त्वाचा फायदा आहे. ही प्रवाही स्थिती प्राप्त करण्यासाठीची एक महत्त्वाची गोष्ट म्हणजे विचलितता कमी करणे.

फोनवर, अन्य उपकरणांवर येणाऱ्या संदेशांच्या सूचना, मेसेजिंग, ई-मेल्स तपासणं हे सगळं थांबवा. त्याबरोबरच तुम्हाला विचलित करणारे शक्य तितके सर्व क्रियाकलाप टाळा. प्रक्रियेमध्ये मग्न होण्याचा प्रयत्न करा आणि आनंद घ्या.

परिणामांपेक्षा प्रक्रियेवर अधिक लक्ष केंद्रित केल्यामुळे तुम्ही सतत प्रेरित राहू शकता आणि आपली कामगिरी सुधारू शकता. याचा अर्थ असा की, तुम्ही जे काही साध्य केलं आहे त्याचं फळ मिळवण्याकरता तुम्ही विशिष्ट परिणामावर अवलंबून राहत नाही.

यश साजरं करा :

वैयक्तिक जीवनातही तुम्हाला प्रक्रियेवर लक्ष केंद्रित करायची इच्छा असली तरी एखाद्या क्षणी तुम्ही परिणामांचा आणि प्रक्रियेचाही विचार करू लागता. विशेषत: कामात काही प्रमाणात प्रगती दिसून आल्यावर तुम्ही ते यश साजरं करू शकता. पण याबाबतीत काही समस्याही आहेत.

बरेचदा आपल्याला आपली प्रगती समजत नाही आणि त्यामुळे त्याच्याशी संबंधित डोपामाइनही आपल्याला मिळत नाही. डोपामाइनची पातळी कमी राखणं हा आपला उद्देश असला तरीही, डोपामाइनशिवाय आपण काम करू शकत नाही. अर्थातच, जे स्रोत आपल्याला अधिकाधिक चांगल्या प्रकारे काम करण्यासाठी आणि त्याकरता आवश्यक चांगल्या सवयी चालू ठेवण्यासाठी प्रोत्साहित करतात, अशाच स्रोतांकडून डोपामाइन मिळवणं योग्य आहे. याबद्दल बक्षीस म्हणून स्वत:लाच देण्यासाठी काहीतरी चांगली गोष्ट आपल्याकडे असू शकते; पण आपण तिच्याकडे लक्ष देऊन ती ओळखली पाहिजे.

जेव्हा तुम्ही तुमचं यश साजरं करत असता तेव्हा तुम्ही आणखी अधिक काही मिळवण्याच्या इच्छाचक्रापासून काही काळ तरी दूर असता. तुमची अपेक्षा पूर्ण झालेली असते आणि त्यामुळे तुम्ही त्या वर्तमान क्षणात उपस्थित असता. सतत काहीतरी आणखी मिळवत राहण्याच्या लालसेमुळे

निर्माण होणाऱ्या डोपामाइनची पातळी कमी होते आणि तुम्ही वर्तमानात समाधान शोधायला शिकता. कालांतराने डोपामाइनची पातळी कमी राखली जाऊ लागते. त्यामुळे तयार गोष्टी घडताना केवळ बघत राहण्याऐवजी तुम्ही स्वत:ला रमवण्यासाठी आणखी चांगल्या गोष्टी शोधण्याची धडपड करू लागता.

यामध्ये येणारी एक सामान्य अडचण म्हणजे परिपूर्णतावाद. एखादी गोष्ट तुम्ही कितीही चांगल्या प्रकारे केलेली असली तरी तुम्ही ती आणखी चांगल्या प्रकारे करू शकला असतात. अशा परिपूर्णतावादामुळे आपण साध्य केलेलं यश साजरं करणं तर दूरच, पण आपण आपल्या स्वत:च्या कामाकडे अभिमानानं बघायला आणि ते मान्य करायलाही संकोचतो. परिपूर्णतावाद आपली प्रेरक शक्ती कमी करू शकतो आणि आपल्या यशाचं अवमूल्यनही करू शकतो. कारण आपण केलेलं काम पुरेसं चांगलं झालेलं नाही किंवा आपण ठरवलेल्या निकषांनुसार झालेलं नाही असं आपल्याला वाटतं. याचा अर्थ, आपण चांगलं काम करत असूनही स्वत:चं यश ओळखू शकत नाही, तर त्यातील नकारात्मक घटकांवर लक्ष केंद्रित करतो. त्यामुळे आपल्याला निराशा येते आणि आपल्या डोपामाइनची पातळी कमी होते. परिणामत:, प्रेरणाही कमी होते (त्झीरोपोलस आणि अन्य लेखक, २०११, द इम्पॅक्ट ऑफ डिसअपॉइंटमेंट इन द डिसिजन मेकिंग : इंटर-इंडिव्हिज्युअल डिफरन्सेस अँड इलेक्ट्रिकल न्यूरोइमेजिंग).

परिपूर्णतावादाशी सामना करणं दिसतं त्यापेक्षाही सोपं आहे. त्यासाठी यश साजरं करणं, ते ओळखणं आणि आपण जे काही साध्य केलेलं आहे त्याचं अवमूल्यन न करता त्याचा आनंद घेण्यासाठी जाणीवपूर्वक प्रयत्न करणं आवश्यक आहे. आपल्याला सतत पुढे जाण्यासाठी प्रेरित करणारं एक प्रेरकचक्र तयार करण्यासाठी आपण निश्चित काळाची अभिप्राय प्रणाली कल्पना वापरू शकतो.

जेव्हा आपण परिणामापर्यंत पोहोचतो तेव्हा त्या परिणामातून आलेल्या यशाचा अनुभव आपण घेऊ शकतो, मग ते यश छोटं असो किंवा प्राथमिक स्तराचं असो; पण प्रत्येक वेळी आपण यशाच्या त्या जाणिवेमुळे आणखी एक आणि अधिक चांगलं ध्येय गाठण्यासाठी प्रवृत्त होतो (ल्युकन्स, २०१५, हाऊ टू टॅप इन टू द न्यूरोसायन्स ऑफ विनिंग).

जरी तुम्ही केलेली कामगिरी छोटी असली तरीही स्वतःला तिची जाणीव करून द्या. काही करण्याची, काही मिळवण्याची सुखद भावना स्वतःला अनुभवू द्या. अनेकदा आपण स्वतःला कमी लेखून स्वतःच स्वतःला खाली खेचतो (उदाहरणार्थ, 'यात काही फार मोठी गोष्ट नाही,' किंवा 'हे तर काय, कोणीही केलं असतं,' किंवा 'हे आणखी चांगल्या प्रकारे करता आलं असतं') किंवा आपण आपल्या मेंदूला यशाचा आनंद उपभोगूच देत नाही. कधीकधी आपल्याला अशी काळजी वाटते की, आपण स्वतःचं कौतुक केल्यामुळे आपण आत्मसंतुष्ट होऊ. पण तसं होत नाही. उलट, भविष्यात आणखी नवीन गोष्टींसाठी प्रयत्न करण्यासाठी आणि त्या प्राप्त करून घेण्यासाठी आपल्याला आणखी जास्त प्रेरणा मिळू शकते (ल्युकन्स, २०१५, हाऊ टू टॅप इन टू द न्यूरोसायन्स ऑफ विनिंग).

जेव्हा तुम्ही एखादी कामगिरी पूर्ण केल्याचं यश साजरं करता, तेव्हा तुमचा मेंदू त्या टप्प्यापर्यंत पोहोचण्यासाठी तुम्ही केलेल्या प्रत्येक गोष्टीची नोंद घेत असतो आणि भविष्यातही तसंच करण्यासाठी तुम्हाला जोरदार प्रोत्साहन देतो (गुथ्रीज, २०१९, रिसेन्टली सक्सीड ॲट समथिंग? सेलिब्रेटिंग इज गुड फॉर युवर ब्रेन).

याची सुरुवात हे जाणण्यापासून होते : तुम्ही काय साजरं करत आहात? तुम्ही ते कसं स्वीकारलं आहे? आपली कामगिरी चिन्हांकित करण्याची पद्धत तुम्ही ठरवू शकता. उदाहरणार्थ, कॅलेंडरमध्ये त्या दिवसावर एक विशेष खूण करणे, त्याविषयी लिहिणे, त्याविषयी आपल्या मित्रांना किंवा प्रियजनांना सांगणे किंवा आपल्या यशासाठी मिठाई अथवा चवदार पेय असं स्वतःला छोटंसं बक्षीस द्या. आपलं यश इतरांबरोबर साजरं केल्यामुळे आणि विशेषत: इतर लोक तुमच्या आनंदात सामील झाले तर तो अनुभव अधिक वास्तव वाटतो (गुथ्रीज, २०१९, रिसेन्टली सक्सीड ॲट समथिंग? सेलिब्रेटिंग इज गुड फॉर युवर ब्रेन).

समान विचारसरणीच्या लोकांचा एक समूह तयार करून तुम्ही वेळोवेळी एकमेकांचं यश एकत्रितपणे साजरं करू शकता. उदाहरणार्थ, जर तुम्ही आठवड्यातून एकदा किंवा दर दोन आठवड्यांनी एकदा भेटलात तर त्या भेटीच्या शेवटी काही वेळ प्रत्येकानं आपापली कामगिरी समूहाला सांगण्यासाठी आणि त्यावर टीका न करता, शंका न घेता इतरांनी त्याचं

कौतुक करण्यासाठी राखून ठेवता येऊ शकतो. आपल्या कामाला मिळालेली सामाजिक मान्यता ही आपल्या यशामुळे निर्माण झालेल्या डोपामाइनच्या प्रमाणात मोठी भर घालू शकते आणि आपल्या आणखी छान वाटू शकतं (गुथ्रीज, २०१९, रिसेन्टली सक्सीड अॅट समथिंग? सेलिब्रेटिंग इज गुड फॉर युवर ब्रेन).

जर असा समूहाचा पर्याय नसेल तर आपलं यश स्वत:बरोबरच साजरं करा. तो प्रसंग साजरा करण्यासाठी स्वत:ला छान मेजवानी द्या, नृत्याद्वारे आनंद साजरा करा, मस्त आराम करा- यांतला कोणता पर्याय तुमच्यासाठी योग्य आहे आणि तुम्ही साध्य केलेल्या प्रत्येक गोष्टीविषयी तुम्हाला कशामुळे समाधान आणि आनंद वाटेल ते प्रयोगातून ठरवा (गुथ्रीज, २०१९, रिसेन्टली सक्सीड अॅट समथिंग? सेलिब्रेटिंग इज गुड फॉर युवर ब्रेन).

परिपूर्णतावाद आणि त्यामुळे एखाद्याच्या कामगिरीचं होणारं अवमूल्यन यांवर यश साजरं करणं हा एक चांगला उतारा आहे. कृतज्ञतेची सवय लावून घेणं हा सकारात्मक भावना आणखी वाढवण्याचा दुसरा पर्याय आहे.

आपल्याकडे काय आहे, आपण कशाचा आनंद घेतला आहे आणि आपण काय मिळवलं आहे हे समजून घेणं आणि त्याविषयी समाधान मानणं, हे कृतज्ञतेच्या भावनेत समाविष्ट आहे. आपल्याला ज्याविषयी कृतज्ञता वाटायला हवी त्या प्रत्येक गोष्टीची नियमित नोंद ठेवून आपण आपल्या मेंदूला सकारात्मक गोष्टी ओळखून त्यांच्यावर अधिक लक्ष केंद्रित करण्यासाठी प्रशिक्षित करत असतो. यशाशी संबंधित असलेल्या सकारात्मक भावना कृतज्ञतेमुळे वाढू शकतात. त्यामुळे निराशा येण्याऐवजी किंवा हरल्याची भावना निर्माण होण्याऐवजी माणसाला ऊर्जित आणि प्रेरित वाटत राहतं (मॅग्रो अँड ओरीलोसा, २०१२, ग्रॅटिट्यूड अँड अचिव्हमेंट इमोशन्स).

कृतज्ञता राखणं आणि यश साजरं करणं हे तुम्ही साध्य केलेल्या प्रत्येक गोष्टीची तुम्हाला स्वत:ला जाणीव करून देण्यासाठी आणि स्वत:ची प्रगती ओळखण्यासाठी आहे. पण परिपूर्णतावादासाठी आणखी एक प्रभावी उतारा आहे ज्याचा आपण विचार करू शकतो आणि वापरही करू शकतो. तो उतारा म्हणजे स्वत:विषयी अनुकंपा राखणं. हा उपाय सखोल जाणून घेऊ.

स्वत:विषयी अनुकंपा असणं म्हणजे स्वत:शी असलेलं निरोगी नातं. नातं जोपासलं जाऊ शकतं आणि ते परिपूर्णतेचा प्रभावही कमी करू शकतं. हे नातं आपल्याला विशेषत: निराशेपासून वाचवतं आणि नैराश्याच्या विरोधात संरक्षक म्हणून आपल्यासाठी काम करतं. स्वानुकंपा म्हणजे स्वत:ची दु:खं समजून घेण्याचा मोकळेपणा असणं आणि स्वत:विषयी दयाळूपणा जपत स्वत:ची काळजी घेणं. याचा अर्थ असा की, आपल्याला आपल्या चुका किंवा कमतरता दिसून आल्या आणि आपण आपलं काम आणखी चांगल्या प्रकारे करण्याचा प्रयत्न करत असताना स्वत:विषयी तत्काळ निष्कर्ष काढायचे नाहीत. स्वानुकंपा म्हणजे स्वत:ला अगदी वाईट किंवा नालायक न मानता आपले वैयक्तिक अनुभव हे समस्त मानवजातीच्या अनुभवांमधले अनुभव आहेत हे सजगतेनं समजून घेणं (फेरारी, याप, स्कॉट, आइन्स्टाईन आणि सियारोची, २०१८, सेल्फ-कम्पॅशन मॉडरेट्स द परफेक्शन अँड डिप्रेशन लिंक इन बोथ एडोलसन्स अँड एडल्टहूड).

स्वानुकंपा तंत्रामध्ये तीन मूलभूत घटक समविष्ट आहेत. पहिला घटक म्हणजे स्वत:वर दया करणे. हा घटक आपल्याला स्वत:वर टीका करण्यापासून, स्वत:वर नकारात्मक शिक्के मारण्यापासून आणि स्वत:विषयी मत बनवण्यापासून रोखतो. दुसरा घटक म्हणजे सर्वसामान्य मानवतापूर्ण विचार. यात इतरांपासून स्वत:ला वेगळं करण्याऐवजी किंवा वाईट वाटून घेण्याऐवजी लोकांमध्ये मिसळणं अपेक्षित आहे. तिसरा घटक आहे सजगता. म्हणजे आपल्याला आलेल्या अनुभवाविषयी काही धारणा करून न घेता तो जसा आहे तसा स्वीकारणं (फेरारी, याप, स्कॉट, आइन्स्टाईन आणि सियारोची, २०१८, सेल्फ-कम्पॅशन मॉडरेट्स द परफेक्शन अँड डिप्रेशन लिंक इन बोथ एडोलसन्स अँड एडल्टहूड). आपण सजगतेवर याआधीच चर्चा केलेली आहे. त्यामुळे आता आपण स्वानुकंपा आणि त्याच्याशी संबंधित अन्य घटक यावर लक्ष केंद्रित करू या.

स्वानुकंपा म्हणजे आपलं दु:ख आणि दु:खद अनुभव मोकळेपणानं स्वीकारणं आणि स्वत:च स्वत:वर टीका करून कठोरतेनं न वागणं. यामुळे आपल्यातली कमतरता ओळखूनही आपण स्वत:शी दयाळूपणे वागू शकतो. यामुळे आपण स्वत:ला जसे आहोत तसे स्वीकारून स्वत:मध्ये सुधारणा घडवू शकतो (फेरारी, याप, स्कॉट, आइन्स्टाईन आणि सियारोची,

२०१८, सेल्फ-कम्पॅशन मॉडरेट्स द परफेक्शन अँड डिप्रेशन लिंक इन बोथ एडोलसन्स अँड एडल्टहूड).

तुम्ही स्वानुकंपा कशी जोपासू शकता? तर तुम्ही स्वत:विषयी टीकात्मक बोलणं कमी करू शकता. जेव्हा तुम्ही एखादी चूक करता किंवा जेव्हा तुम्हाला पश्चात्ताप होतो तेव्हा तुम्ही स्वत:शी कसा संवाद साधता ते बघा. आपण स्वत:वर टीका करतो आहोत हे समजून घ्या आणि स्वत:साठी वापरत असलेल्या शब्दांची कठोरता कमी करा. आपण आपल्या प्रिय मित्राशी बोलतो आहोत अशी कल्पना करा. जर त्या मित्रानं एखादी चूक केली तर तुम्ही त्याच्याशी कसं बोलाल? अशी कल्पना केल्यामुळे तुम्हाला स्वत:विषयी दयाळूपणे वागणं आणि कठोरता कमी करणं शक्य होईल (नेफ, २०२१, सेल्फ-कंपॅशन गाइडेड प्रॅक्टिस अँड एक्झरसाइज).

स्वत:ची दु:खं आणि वेदना समजून घ्या आणि त्यांचा स्वीकार करा. तुम्हाला आलेल्या अनुभवावरून तुम्ही स्वत:विषयी निष्कर्ष काढू नका. स्वत:शी प्रेमानं वागा. तुम्हाला काय ऐकायला आवडेल? तुम्हाला कशामुळे आश्वस्त वाटेल?

स्वत:साठी इतरांकडून अपेक्षित असलेले शब्द किंवा वागणूक स्वत:च स्वत:ला द्या (नेफ, २०२१, सेल्फ-कंपॅशन गाईडेड प्रॅक्टिस अँड एक्झरसाइज).

लोकांना स्वानुकंपेची भीती वाटते कारण त्यामुळे आपण आपल्या कामांमध्ये आळशीपणा करू किंवा सुधारणा करण्यासाठी तयार नसू, असं त्यांना वाटतं. पण जिथे स्वत:ला आहे तसं स्वीकारलं जातं आणि स्वत:वर प्रेम केलं जातं तिथेच सर्वोत्तम आणि दीर्घकालीन बदल घडून येतात.

स्वानुकंपा तुम्हाला स्वत:मध्ये योग्य ते बदल घडवून आणण्यासाठी मदत करते आणि डोपामाइनची पातळी वाढवणाऱ्या क्रियाकलापांमधली व्यग्रता कमी करण्याच्या तुमच्या प्रयत्नांत तुम्हाला साथ देते. शिवाय, एखाद्या वेळी तुम्हाला अपयश आलं तर तुम्हाला आधारही देते. सजगतेप्रमाणेच हीसुद्धा एक मूलभूत रणनीती आहे जी तुम्हाला डोपामाइनची पातळी कमी करण्याच्या कठीण टप्प्यांमधून जाताना मदत करते आणि या कामात कधी कंटाळा आला, निराशा जाणवली किंवा माघार घ्यावीशी वाटली तर तुम्हाला आधार देते.

जीवनशैलीमध्ये कृतिशील बदल करा :

आपण डोपामाइन पातळीसंबंधी वर्तनातील बदलांविषयी बोलत आहोत. डोपामाइन डिटॉक्स आणि डोपामाइन उपवास अशी काही वर्तनं डोपामाइनशी प्रत्यक्ष संबंधित असतात आणि त्यामुळे डोपामाइनची उच्चतम पातळी कमी होऊ शकते. काही वर्तनं ही डोपामाइनशी अप्रत्यक्ष रीतीने संबंधित असतात. पण आपलं वर्तन आणि विशिष्ट सवयींव्यतिरिक्त जीवनशैलीतील अन्य काही घटकांमुळेही डोपामाइनच्या पातळीमध्ये वाढ होऊ शकते. आपला मेंदू डोपामाइनसंबंधी किती संवेदनशील आहे, त्यातून डोपामाइन कशा प्रकारे निर्माण होतं आणि आपल्या काही सवयी बदलणं अथवा तत्काळ आनंदप्राप्तीच्या सापळ्यात स्वत:ला अडकवणं हे किती कठीण किंवा किती सोपं आहे, यांवरदेखील त्या घटकांचा प्रभाव पडू शकतो. म्हणूनच आता आपण डोपामाइनवरचा जैविक आणि शारीरिक घटकांचा प्रभाव समजून घेणार आहोत. त्याबरोबरच आपल्या झोपण्याच्या, खाण्यापिण्याच्या, व्यायामाच्या इत्यादी दैनंदिन सवयी डोपामाइनला कशा प्रकारे प्रभावित करू शकतात, हेसुद्धा पाहणार आहोत. इथे काही स्वास्थ्यपूरक सवयी, जीवनशैलीतील बदल आणि व्यावहारिक तंत्रं सांगितली आहेत ज्यांचा वापर करून तुम्ही आपलं डोपामाइन कमी करून नेहमी मूलभूत पातळीवर ठेवू शकता.

झोप :

डोपामाइन अनेक प्रकारची कामं करत असतं आणि अन्य कामांप्रमाणेच झोप आणि जाग या चक्राचं नियमन करत असतं आणि ते विशेषत: जागृत अवस्थेशी संबंधित असल्यामुळे डोपामाइनवर अपुऱ्या झोपेचा परिणाम होऊ शकतो.

एक रात्र झोप घेतली नाही तर डोपामाइनचं प्रमाण वाढू शकतं. डोपामाइन हे जागृत अवस्थेला प्रोत्साहन देते, पण डोपामाइनचं प्रमाण अधिक असेल तर झोप येणं कठीण होतं. त्याचप्रमाणे झोप पुरेशी झाली नाही तर डोपामाइनसंबंधी समस्या निर्माण होते आणि डोपामाइनची पातळी वाढते. त्याचा परिणाम आपल्या संज्ञानात्मक कार्यावर आणि विविध सवयींच्या व्यवस्थापनावरही होत असतो (सोसायटी फॉर न्यूरोसायन्स, २००८, वन स्लीपलेस नाइट इन्क्रिजेस डोपामाइन इन द ह्यूमन ब्रेन).

जर आपण डोपामाइनचं प्रमाण कमी करण्याचा प्रयत्न करत असू, विशेषत: डोपामाइन डिटॉक्स किंवा डोपामाइन उपवास करत असू तर आपण चांगली झोप घेत आहोत याची खात्री करून घेणं आवश्यक आहे. कारण अपुऱ्या झोपेमुळे मेंदूतील डोपामाइनची पातळी वाढू शकते. त्यामुळे झोप नीट लागत नाही आणि मग झोप नीट झाली नाही म्हणून पुन्हा डोपामाइन वाढतं. असं दुष्टचक्र सुरूच राहतं.

याबरोबरच, स्व-नियंत्रणासाठीही झोप महत्त्वाची आहे. झोपेसंबंधीच्या चांगल्या सवयी आपल्याला पुन्हा ऊर्जा प्राप्त करून घेण्यासाठी अणि स्व-नियंत्रण राखण्यासाठी मदत करतात. त्याउलट, पुरेशा झोपेच्या अभावी स्व-नियंत्रण राखण्यात, लक्ष केंद्रित करण्यात, निराशा आणि कंटाळा सहन करण्यात तसंच समजूतदारपणाने निर्णय घेण्यात समस्या निर्माण होऊ शकतात (पिल्चर, मॉरीस, डॉनेली आणि फिगल, इंटरॅक्शन बिटवीन स्लीप हॅबिट्स अँड सेल्फ कंट्रोल). याचाच अर्थ असा की, झोपेच्या अभावामुळे आपल्याला डोपामाइन पातळी कमी करण्यासंबंधीच्या सवयी लावून घेणं खूपच कठीण होऊ शकतं कारण त्यासाठी स्व-नियंत्रणाची आवश्यकता मोठ्या प्रमाणात असते. ध्यानधारणा करण्यापेक्षा एखादा मजेदार व्हिडिओ बघणं सोपं आहे. म्हणूनच झोपेची कमतरता म्हणजे तत्काळ समाधान मिळवण्याची तुमची तीव्र इच्छा तुमच्या दीर्घकालीन ध्येयावर मात करते आहे.

झोपेच्या कमतरतेमुळे आपल्या आरोग्यावर आणखीही काही अयोग्य परिणाम होत असतात आणि ते निरोगी, उत्तम जीवनपद्धतीसाठी आपण करत असलेल्या प्रयत्नांमध्ये बाधा उत्पन्न करतात. चांगली झोप घेणं म्हणजे दररोज रात्री साधारण आठ तास झोपणं, झोपेच्या नियमिततेचं वेळापत्रक आखणं आणि झोपेची गुणवत्ता चांगली असणं. आपल्याला अशी चांगली झोप मिळाली आहे का हे सकाळी आपल्याला ताजंतवानं वाटतं का, कामावर आपलं लक्ष लागतं का, यांवरून समजतं.

पोषण :

उत्तम पोषणामुळे आपल्याला डोपामाइनचं प्रमाण योग्य प्रकारे वाढवता येतं. त्यासाठी डोपामाइनचं प्रमाण कमी-जास्त करणाऱ्या साखरयुक्त पदार्थ आणि उत्तेजकांवर अवलंबून राहावं लागत नाही. प्रत्येक व्यक्तीचा आहार तिच्या

वैयक्तिक परिस्थितीवर आणि शारीरिक स्थितीवर अवलंबून असतो. पण इथे काही ठोस टिपा दिलेल्या आहेत ज्या तुम्हाला तुमच्या ध्येयसाधनेसाठी उपयुक्त ठरणारी आहार योजना तयार करायला मदत करतील.

कॅफीन असलेली साखरयुक्त पेये आणि पदार्थ आपल्याला डोपामाइनची उच्चतम पातळी अनुभवायला मदत करतात. पण अशी उच्च पातळी काही काळच टिकते आणि त्यामुळे आपल्या मेंदूला अशा उत्तेजक पदार्थांची सवय लागते (साखरेचे आणि कॅफीनचे मोठ्या प्रमाणातले डोस आवश्यक असतात आणि आपल्या शरीरावर आणि आरोग्यावर त्यांचा नकारात्मक परिणाम होऊ शकतो); पण त्याचे परिणाम लवकर कमी होतात आणि त्यामुळे उत्साहाऐवजी थकवा जाणवतो. त्यामुळे आपल्याला डोपामाइन पुरवठ्यासाठी शाश्वत साहाय्य करणारे आणि आपल्या आयोग्यासाठी उत्तम असणारे अधिकाधिक घटक आपल्या आहारात समाविष्ट करणं चांगलं.

बदाम, मासे आणि कोंबडीचे मांस या पदार्थांमध्ये मोठ्या प्रमाणावर मिळणाऱ्या टायरोसीन या एका अमिनो ॲसिडने डोपामाइनचं प्रमाण सुधारता येत. केफिरसारखे प्रोबायोटिक्स असलेले आंबवलेले पदार्थही डोपामाइनसाठी उपयुक्त असल्याचं आढळलं आहे (ओहवोव्होरिलो, २०२१, ७ नॅचरल वेज टू इन्क्रिज युअर डोपामाइन लेव्हल्स). टर्की, अंडी, दुग्धजन्य पदार्थ, सोया आणि शेंगा यांसारखी प्रथिनं आणि टायरोसीन असलेले पदार्थ समाविष्ट केलेला आहार आपल्या मेंदूवर सकारात्मक परिणाम करू शकतो आणि डोपामाइन निर्मितीचं प्रमाण कमी करू शकतो. कारण योग्य आहारामुळे ते आपोआपच उपलब्ध होत असतं. त्याउलट, पुरेशा प्रमाणात प्रथिनं मिळाली नाहीत तर डोपामाइन निर्मितीसंबंधी समस्या येऊ शकते (जल्सन, २०१८, १० बेस्ट वेज टू इन्क्रिज डोपामाइन लेव्हल्स नॅचरली).

टायरोसीनचं प्रमाण अधिक असलेल्या पदार्थांमध्ये अनेकदा प्रथिनांचं प्रमाणही अधिक असतं. अशा पदार्थांमुळे आहार पोषक होतो. त्याबरोबरच अतिरिक्त फायदा म्हणजे अशा पदार्थांमुळे संज्ञानात्मक कार्यपद्धतीवरही चांगला परिणाम होतो. टायरोसीनचं प्रमाण अधिक असलेले काही पदार्थ इथे सांगितले आहेत (कुहन आणि अन्य लेखक, २०१७, फूड फॉर थॉट: असोसिएशन बिटवीन डाएटरी टायरोसीन अँड कॉग्निटिव्ह परफॉर्मन्स इन यंगर अँड ओल्डर एडल्ट्स).

- चीज आणि दुग्धजन्य पदार्थ
- सोया आणि सोयाबीन
- गोमांस, बकरीचं मांस, डुकराचं मांस
- मासे (विशेषत: सालमन)
- चिकन
- नट्स/बिया/दाणे
- अंडी
- भरड धान्य.

याव्यतिरिक्त अव्हॅकॅडोसारखी काही फळंही आपल्याला निराशेवर मात करण्यासाठी मदत करतात. केळी आणि केळीच्या सालीचाही यासाठी उपयोग होतो. कारण त्यांच्यामध्ये डोपामाइन असतं (ब्रिगुग्लिओ आणि अन्य लेखक, २०१८, डाएटरी न्यूरोट्रान्समीटर : अ नॅरेटिव्ह रिव्ह्यू ऑन करंट नॉलेज). डोपामाइनचं प्रमाण जास्त असेल तर मात्र हे पदार्थ टाळावेत. इतर वनस्पतींच्या तुलनेत संत्री, टोमॅटो, ऑबर्जिन, पालक आणि वाटाणे यांमध्ये डोपामाइनचं प्रमाण कमी असतं (ब्रिगुग्लिओ आणि अन्य लेखक, २०१८, डाएटरी न्यूरोट्रान्समीटर : अ नॅरेटिव्ह रिव्ह्यू ऑन करंट नॉलेज).

डोपामाइनची एकंदरीत पातळी कमी करण्याच्या प्रयत्नांदरम्यान डोपामाइनच्या वाढलेल्या पातळीमध्ये बुडून जाणं टाळण्यासाठी आणि डोपामाइनची पातळी स्थिर राखण्यासाठी जर तुम्ही काही पूरक घटक शोधत असाल, तर मॅग्नेशिअम आणि ओमेगा-३ या पूरक घटकांची मदत डोपामाइन निर्मितीसाठी होते, याचे पुरावे मिळाले आहेत. चिडचिड होत असेल किंवा लक्ष विचलित होत असेल तर या पूरक घटकांचा वापर करणं योग्य ठरणार नाही. पण कंटाळा जाणवत असेल किंवा तणाव आला असेल तर हे घटक आपल्या मेंदूला डोपामाइन निर्मितीसाठी मदत करू शकतात (शेन आणि अन्य लेखक, २०१९, ट्रीटमेंट ऑफ मॅग्नेशिअम-एल-थ्रेओनेट इलेव्हेट्स द मॅग्नेशिअम लेव्हल इन द सेरेब्रोस्पाइनल फ्लुइड अँड एट्यॅन्युएट्स मोटर डेफिसिट्स अँड डोपामाइन न्यूरॉन लॉस इन अ माउस मॉडेल ऑफ पार्किन्सन्स डिसीज; सबलेट आणि अन्य लेखक, २०१४, पॉलीअनसॅच्युरेटेड फॅटी ॲसिड असोसिएशन विथ डोपामाइनर्जिक इंडेक्सेस अँड मेजर डिप्रेसिव्ह डिसऑर्डर).

साधारणपणे स्वास्थ्यवर्धक आहारामुळे डोपामाइनची पातळी स्थिर राहण्याची शक्यता अधिक असते. पण हाच एकमेव घटक नसतो. विशेषत: तुमच्या आहारातली प्रथिनांची पातळी वाढवण्याचा प्रयत्न करा आणि अल्कोहोल, कॉफी, साखर आणि तुमच्यातली डोपामाइनची पातळी कमी-जास्त करणारे उत्तेजक पदार्थ यांसारख्या गोष्टींचा वापर कमी करा.

व्यायाम :

व्यायाम हा डोपामाइन वाढवण्याचा आणि स्थिर राखण्याचा आणखी एक नैसर्गिक उपाय आहे. शारीरिक व्यायामामुळे डोपामाइन निर्मितीमध्ये सुधारणा होऊ शकते आणि त्यामुळे आपली एकंदरीत स्थितीही सुधारू शकते (एपीए, २०२०, <https:///www.apa.org/topics/exercise> -फिटनेस/स्ट्रेस).

जेव्हा आपण व्यायामाविषयी बोलतो तेव्हा ते विशिष्ट प्रकारची क्रिया किंवा विशिष्ट पातळीवर केली जाणारी शारीरिक क्रिया यासंबंधी नसतं. आपले शारीरिक क्रियाकलाप वाढवल्यावर त्याचे आपल्या शरीरावर आणि मनावर सकारात्मक परिणाम व्हायला हवेत. त्यामुळे तुमची डोपामाइनची पातळी कमी राखली जाईल; पण जे डोपामाइन तुम्हाला मिळेल ते तुमचं लक्ष विचलित करणाऱ्या गोष्टींमधून नाही, तर तुमच्यासाठी चांगल्या असलेल्या गोष्टींमधून मिळेल. व्यायामामुळे लक्ष केंद्रित करण्याची क्षमता वाढू शकते, तुमची ऊर्जा वाढू शकते आणि आणखी एक फायदा असा होतो की, आपण काहीतरी चांगलं आणि उपयुक्त करत आहोत असं तुम्हाला वाटू लागतं- कारण तुम्ही खरंच तसं करत असता.

चालण्याची, नृत्य करण्याची, जॉगिंगला जाण्याची किंवा अन्य कोणतीही अशी शारीरिक क्रिया करा ज्यातून तुम्हाला तणाव न येता आनंद घेता येऊ शकेल. पण त्याचा अतिरेक करू नका. केवळ पाच किंवा पंधरा मिनिटांचा व्यायामही बदल घडवू शकतो. विशेषत: जर तुम्ही तुमच्या दैनंदिन दिनचर्येत व्यायामाचा समावेश करणार असाल तर ज्यातून आपल्याला आनंद मिळेल आणि जे करायला सोपं असेल अशा कृती शोधा. म्हणूनच जर तुम्हाला जॉगिंग आवडत नसेल तर आधी काहीतरी वेगळं करून पहा.

व्यायामाला सामूहिक क्रियाकलापाचं रूप देणंही उपयुक्त ठरतं. तुमच्याबरोबर व्यायाम करायला तयार होतील असे समूह किंवा मित्र शोधा. त्यामुळे व्यायाम करणं ही केवळ जबाबदारीच वाढेल असं नाही, तर एकंदरीतच व्यायामातला आनंदही वाढेल.

विश्रांती तंत्र :

एकूणच, आपल्या मेंदूला डोपामाइनच्या कमी प्रमाणासह राहण्यासाठी प्रशिक्षित करण्याच्या या प्रक्रियेत विश्रांती हा अत्यंत मौल्यावान घटक असतो. जेव्हा आपण कंटाळतो किंवा निराश होतो तेव्हा आपल्याला आराम मिळवून देण्यासाठी ही तंत्रं सहायक ठरतात आणि भावनेच्या भरात निर्णय घेण्यापासून आपल्याला वाचवतात. आपल्यावरचा ताणही डोपामाइनची पातळी वाढवू शकतो, पण तो मार्ग योग्य नाही. कारण या मार्गानं वाढलेल्या डोपामाइनमुळे आपली चांगल्या गोष्टींविषयीची संवेदनशीलता कमी होते आणि आपल्याला प्रेरित, आनंदी वाटण्याऐवजी आपण चिडचिडे आणि चिंताग्रस्त होतो (बाईक, २०२०, स्ट्रेस अँड द डोपामिनर्जिक रिवार्ड सिस्टिम). विश्रांतीची तंत्रं म्हणजे ताणतणावावरचे सोपे उपाय आहेत ज्यांचा वापर तुम्ही आवश्यकतेनुसार करू शकता. यातली काही तंत्रं, अन्य तंत्रांच्या तुलनेत काहीशी जटिल असली तरी साधारणपणे ही सर्व तंत्रं प्रत्यक्षात आणण्यासाठी फक्त काही मिनिटांचा अवधी आवश्यक असतो.

तुमच्या तणावाची आणि डोपामाइनची पातळी कमी करणं हा या तंत्रांचा उद्देश आहे. तणावामुळेसुद्धा डोपामाइन तयार व्हायला सुरुवात होते आणि त्यावर पटकन आणि सोपे उपाय योजण्याची आवश्यकता जाणवण्याऐवजी आयुष्यातल्या छोट्या छोट्या गोष्टींविषयी आपली संवेदनक्षमता कमी होत जाते. पण विश्रांती तणावाचा प्रतिकार करू शकते आणि संबंधित डोपामाइनची पातळीही कमी करू शकते. परिणामत: आपला चिडचिडेपणा, विचलित होणं आणि लक्ष केंद्रित न होणं हे सगळं कमी होतं.

स्नायूंना हळूहळू शिथिल करणं :

स्नायूंना हळूहळू शिथिल करण्याच्या क्रियेचं एक सोपं तंत्र आहे. श्वास घेताना काही स्नायुसमूहांवर ताण आणायचा आणि ४ ते १० सेकंद तो

ताण तसाच ठेवायचा. नंतर श्वास सोडताना त्या स्नायूंना हळूहळू शिथिल करायचं. त्यानंतर काही क्षण विश्रांती घेऊन पुन्हा श्वास घेताना दुसऱ्या स्नायुसमूहाला ताण द्यायचा आणि श्वास सोडताना हळूहळू तो ताण कमी करायचा. आपले स्नायू ताणले जातात तेव्हा कसं वाटतं आणि स्नायू शिथिल करताना कसं वाटतं ते पहा (टॉसेंट आणि अन्य लेखक, २०२१, इफेक्टिव्हनेस ऑफ प्रोग्रेसिव्ह मसल रिलॅक्सेशन, डीप ब्रिदिंग अँड गाइडेड इमेजरी इन प्रमोटिंग सायकॉलॉजिकल अँड फिजिओलॉजिकल स्टेट्स ऑफ रिलॅक्सेशन).

स्नायुसमूह म्हणजे काय? हा स्नायूंचा संच असतो. म्हणून अशा प्रत्येक समूहावर हळूहळू काम करणे म्हणजे शरीराच्या एका भागावर ताण देऊन काम केल्यावर पुढच्या भागाकडे जाणे. स्नायूंना विश्रांती देताना पायाच्या बोटांपासून डोक्याच्या वरच्या भागापर्यंत किंवा त्याउलट वरून खाली, असं काम करता येऊ शकतं (मिशिगन विद्यापीठ, २०२०, स्ट्रेस मॅनेजमेंट : डुइंग प्रोग्रेसिव्ह मसल रिलॅक्सेशन).

चौरस श्वसन :

याला 'बॉक्स ब्रिदिंग' असंही म्हणतात. हे तंत्र म्हणजे तणावावरचा जलद आणि सोपा उपाय आहे. यामध्ये दीर्घ श्वसन केलं जातं. यामध्ये चार आकडे मोजत श्वास घेणे आणि चार आकडे मोजत श्वास सोडणे, या आवर्तनानंतर पुन्हा श्वास घेण्यापूर्वी चार आकडे मोजत श्वास रोखणे अपेक्षित आहे. सर्व क्रिया चार आकडे मोजत करायच्या आहेत (टॉसेंट आणि अन्य लेखक, २०२१, इफेक्टिव्हनेस ऑफ प्रोग्रेसिव्ह मसल रिलॅक्सेशन, डीप ब्रिदिंग अँड गाइडेड इमेजरी इन प्रमोटिंग सायकॉलॉजिकल अँड फिजिओलॉजिकल स्टेट्स ऑफ रिलॅक्सेशन; गॉटर, २०२०, बॉक्स ब्रिदिंग). हे चौरस श्वसन कुठेही सहजतेनं करता येऊ शकतं आणि ते खरोखरच उपयोगी ठरतं.

मानसिक चित्रण आणि मार्गदर्शित कल्पना :

मानसिक चित्रण आणि मार्गदर्शित कल्पना याचा अर्थ तुम्हाला आराम वाटेल अशा आनंददायी कल्पनाचित्रांची तुम्ही कल्पिलेली मालिका. जेव्हा

तुम्ही अशा प्रकारे मानसिक चित्रण करता तेव्हा तुम्ही ते स्वत: तुमच्या मनाप्रमाणे करता, पण मार्गदर्शित कल्पनेच्या तंत्रामध्ये तुम्ही दृश्य किंवा श्राव्य मार्गदर्शकाचा उपयोग करायचा असतो किंवा अन्य कुणीतरी तुम्हाला मार्गदर्शन करून तुम्हाला त्या कल्पनेकडे घेऊन जायचं असतं (टॉसेंट आणि अन्य लेखक, २०२१, इफेक्टिव्हनेस ऑफ प्रोग्रेसिव्ह मसल रिलॅक्सेशन, डीप ब्रिदिंग अँड गाइडेड इमेजरी इन प्रमोटिंग सायकॉलॉजिकल अँड फिजिओलॉजिकल स्टेट्स ऑफ रिलॅक्सेशन).

आनंददायी भावना आणि अनुभव जागवणाऱ्या दृश्यांची कल्पना करा. अशी दृश्ये म्हणजे काहींसाठी समुद्रकिनारा असेल; तर काहींसाठी बालपणीचं घर असेल. जर तुम्ही मार्गदर्शित प्रतिमेची कल्पना करत असाल तर त्यासाठीचा आवाज तुमच्यासाठी सह्य आहे याची खात्री करा. आपल्या सर्व इंद्रियांना कार्यरत करून त्या दृश्याची शक्य तितक्या तपशिलांसह कल्पना करा. तिथे कोणता गंध असेल? तुमच्या त्वचेला काय जाणवेल? तुम्हाला कोणते आवाज ऐकू येतील? यासाठी लाल आणि केशरी रंगांपेक्षा आकाश आणि कुरण अशा निळ्या-हिरव्या रंगांतील दृश्याची कल्पना अधिक उपयुक्त ठरते.

तुम्ही स्वत: स्वत:साठी दृश्य तयार करू शकता आणि जेव्हा वाटेल तेव्हा त्या दृश्यातून स्वत:ला पुन्हा आपल्या पहिल्या आरामदायी जागेवर आणू शकता. अधिकाधिक तपशिलांसह एखाद्या जागेची कल्पना करण्यासाठी पुरेसा वेळ घ्या. जेव्हा जेव्हा तुम्हाला परिस्थिती कठीण झाल्याचं जाणवेल तेव्हा तेव्हा तुम्ही कल्पनेनं त्या जागी जाऊ शकता.

ऑटोजेनिक प्रशिक्षण :

हे आणखी एक सोपं तंत्र आहे. यासाठी तुम्ही फक्त एवढंच करायचं आहे की, जिथे तुम्ही स्वत:शी संवाद साधू शकाल अशा एका आरामदायी जागी जाऊन बसायचं आहे. त्या वेळी दीर्घ श्वसन करा, पण श्वास छातीत भरून घेण्याऐवजी पोटात भरून घ्या. स्वत:ला सांगा की, 'मी शांत आहे'.

आपल्या हातांवर लक्ष केंद्रित करा आणि मोठ्या आवाजात, पण सावकाश आणि शांतपणे म्हणा, 'माझे हात खूप जड आहेत'. असं सहा वेळा करा आणि आपण शांत आहोत हे स्वत:ला सांगा. नंतर अशाच प्रकारे

सहा वेळा, 'माझे हात उबदार आहेत,' असं म्हणा. हीच क्रिया आपल्या पायांसाठी आणि पोटासाठीही करा. आपल्या श्वसनावर लक्ष केंद्रित करा आणि आपलं श्वसन संथ गतीनं चालू आहे, आपण शांत आहोत हे स्वत:ला सांगा (क्युनिक, २०२०, ऑटोजेनिक ट्रेनिंग फॉर रिड्युसिंग एंग्झायटी; स्टेटर अँड कूपर, २०२०, : ऑटोजेनिक ट्रेनिंग : अ मेटा एनालिसिस ऑफ क्लिनिकल आउटकम स्टडीज).

ऑटोजेनिक ट्रेनिंगमध्ये तुम्ही अन्य आदेशही वापरू शकता. कारण स्वत:ला आरामदायक वाटण्यासाठी दीर्घ श्वसन आणि मोठ्यानं बोलणं यांची सांगड घालणं हेच या तंत्राचं ध्येय आहे. तुम्हाला ज्यामुळे सुखावह वाटेल असे अन्य वाक्प्रचारही तुम्ही वापरू शकता. फक्त ते करत असताना आपलं दीर्घ श्वसन चालू आहे, याची खात्री करून घ्या.

ही विश्रांतीची तंत्रं तुम्हाला तुमचा ताण नियंत्रित करण्यासाठी आणि तुमच्या शरीरातलं डोपामाइन कमी करण्यासाठी मदत करतील.

निवड व्यवस्थापन :

तुम्ही तुमच्या सवयींमध्ये कोणते बदल करू शकता, याविषयी आपण जाणून घेतलं आहे. पण समाजमाध्यमं, विविध ॲप्स किंवा गेम्सचा वापर करणे अशा तत्काळ समाधान मिळवून देणाऱ्या गोष्टींची निवड करण्याची वृत्ती तुम्ही कशी कमी करू शकता, याविषयी आता आपण पुन्हा एकदा समजून घेऊ. आपल्याला हव्याशा वाटणाऱ्या आणि सहज उपलब्ध होणाऱ्या पर्यायांविषयीचं आकर्षण कमी व्हावं आणि आपलं लक्ष विचलित होण्याचं प्रमाण कमी व्हावं यासाठी तुम्ही काही प्रयत्न करू शकता. आपली निवड साध्या, चांगल्या पर्यायांसाठी असू द्या आणि दीर्घ कालासाठी आपली डोपामाइनची पातळी सहजतेनं कमी राखा.

डोपामाइनची पातळी कमी करण्यामध्ये निवड व्यवस्थापनाची भूमिका काय आहे? तर या व्यवस्थापनामुळे डोपामाइनची पातळी वाढवणाऱ्या उत्तेजकांची उपलब्धता कमी केली जाते आणि त्यामुळे डोपामाइन पातळीतली वाढ रोखली जाते. जेव्हा आपल्याला आपल्या जुन्या आकर्षणांविषयी ओढ वाटते आणि आपला मेंदू अत्यधिक डोपामाइन निर्माण करू लागतो तेव्हा हे व्यवस्थापन आपल्यासाठी सहायक ठरतं.

मार्ग रोखा :

समाजमाध्यमं, विविध ॲप्स, इंटरनेट किंवा वेळ वाया घालवणाऱ्या विशिष्ट साइट्सपर्यंत पोहोचण्याचा मार्ग सीमित करणं ही पहिली रणनीती आहे. ते मार्ग कदाचित तुम्हाला माहीतही असतील. उदाहरणार्थ, या माध्यमांच्या वापरावर नियंत्रण ठेवण्याची इच्छा कमी झाली असेल तर संध्याकाळी किंवा रात्री तुमचा संगणक किंवा अन्य तत्सम अन्य उपकरणं झोपायच्या खोलीबाहेर ठेवा किंवा पलंगापासून अगदी दूर ठेवा.

दुसरा उपाय म्हणजे विशिष्ट साइट्सचा किंवा समाजमाध्यमांचा वापर ठरावीक काळासाठी रोखू शकतील आणि ज्यात तुमच्या आवश्यकतेनुसार बदल करता येतील असे ॲप्स स्थापित करणं. काही ॲप्स इतके कडक असतात की, ते तुम्हाला कोणत्याही प्रकारे प्रतिबंधित माध्यमांमध्ये प्रवेश करू देत नाहीत किंवा प्रवेश प्रक्रिया अत्यंत कठीण करून ठेवतात. प्रत्येक वेळी अशी माध्यमं वापरताना जर लॉग आउट आणि लॉग इन करावं लागत असेल तरीही त्यादरम्यान आपल्याला हे खरंच करायचं आहे का, हे स्वत:ला विचारण्यासाठी तुम्हाला वेळ मिळतो.

हीच गोष्ट खाद्यपदार्थ, उत्तेजक पदार्थ आणि अन्य प्रलोभनांविषयीही लागू पडते. जेव्हा तुम्हाला या सवयी कमी करायच्या असतील, तेव्हा तुम्ही त्या आपल्यापासून दूर ठेवण्याची किंवा त्या खरेदी न करण्याची काळजी घ्या. त्या गोष्टी अशा प्रकारे ठेवा की, तुम्हाला त्यांच्यापर्यंत सहजासहजी पोहोचता येणार नाही. याचा अर्थ, त्या गोष्टी अजूनही तिथेच असतील, पण त्यांचा वापर करायचा की नाही याविषयी तुम्ही सजग असावं लागेल आणि त्यांच्यापर्यंत पोहोचण्यासाठी तुम्हाला विशेष प्रयत्नही करावे लागतील त्यामुळे सहज मिळणाऱ्या डोपामाइनचं प्रमाण कमी होऊ शकतं. या उपायांचा उपयोग होणार नाही, असं तुम्हाला वाटत असेल तर आपण कधी फ्रिजच्या खालच्या कप्प्यात ठेवलेल्या भाज्या, फळं खराब होऊन गेली होती का किंवा तुमच्या स्वयंपाकघराच्या कोपऱ्यात कुठेतरी काही खाद्यपदार्थ विसरून तसेच पडून राहिले आहेत का, याचा विचार करा. एखाद्या गोष्टीपर्यंत पोहोचणं जितकं कठीण, तितकाच तिचा वापर होण्याची शक्यता कमी असते.

जेव्हा तुम्ही काही करता तेव्हा त्यावर नियंत्रण ठेवा :

सर्व गोष्टींचं नियोजन आधीच करून ठेवा. त्यानुसार संध्याकाळी अर्धा तास आपल्याला समाजमाध्यमांचा वापर करायला मिळणार आहे, हे जर तुम्हाला माहीत असेल तर त्याविषयी वाटणारा मोह कमी होतो आणि निश्चित केलेल्या वेळेपूर्वीच त्या गोष्टीचा वापर करण्याची ओढ रोखता येणं सोपं होतं. आठवड्याच्या अखेरीला एखादा छानसा गोड पदार्थ खाण्याचं ठरवलेलं असेल तर तुम्ही शुक्रवारपर्यंत अति गोड न खाण्याचं आव्हान पूर्ण करू शकता.

याबरोबरच, विविध ॲप्समुळे लक्ष विचलित होणं आणि ते ॲप्स वापरण्याचं आकर्षण वाटणंही कमी करण्याचा प्रयत्न करा. त्या ॲप्सकडून सतत येत राहणाऱ्या सूचना बंद करून ठेवा. कारण एकदा एखादी सूचना पाहिली की ती कशाविषयी आहे, हे पाहण्याचा मोह होतो आणि मग त्यापासून स्वत:ला थांबवणं कठीण होतं. उदाहरणार्थ, समाजमाध्यमांविषयीच्या सूचना साधारणपणे लालसर रंगात असतात त्यामुळे त्या लक्ष वेधून घेतात आणि आपल्याला त्यात काय आहे ते बघायची इच्छा होते. म्हणूनच सूचना बंद करून ठेवा आणि ॲप्सपर्यंत पोहोचणं सहज शक्य होणार नाही याची काळजी घ्या. उदाहरणार्थ, तुमच्या फोनवरून फेसबुक, इन्स्टाग्राम आणि ट्विटर काढून टाका. तुम्ही ते ब्राउजरमधून वापरू शकत असलात तरीही त्यासाठी अतिरिक्त प्रयत्न करावे लागतात (कोहलबाख, २०२१, हाऊ टू इफेक्टिव्हली बीट सोशल मीडिया डिस्ट्रॅक्शन).

काही अभ्यासकांनी फोनचा वापर आनंददायी करणारे सुंदर रंग काढून टाकून फोनला ग्रेस्केलवर ठेवण्याचा सल्ला दिलेला आहे. हा सौंदर्यविषयक विचार असला तरीही, याद्वारे काही काळासाठी तरी आपला फोन किंवा संगणक याविषयी वाटणारं आकर्षण कमी करण्याचा हा एक चांगला मार्ग असू शकतो. कारण यामुळे दृश्य परिणामांवर अवलंबून असलेले अनेक गेम्स किंवा अनेक ॲप्स यांविषयीचं आकर्षण कमी होऊ शकतं (हर्न, २०१७, विल टर्निंग युअर फोन टू ग्रेस्केल रिअली डू वंडर्स फॉर युअर अटेन्शन?). तुम्ही तुमच्या फोनवरच्या गेम्सचा किंवा ॲप्सचा आवाजही बंद करू शकता. कारण त्याविषयी येणाऱ्या सूचनांच्या आवाजाने तुमचं लक्ष वेधलं जातं.

जर तुम्हाला एखाद्या कामासाठी किंवा कौटुंबिक, मित्रमंडळासंबंधीच्या अद्ययावत माहितीसाठी विशिष्ट उद्देशासाठी समाजमाध्यमांचा वापर आवश्यक असेल, तर तुम्ही ज्यांना फॉलो करत आहात त्या सर्व खात्यांमधली माहिती आपल्या मूल्यांशी आणि ध्येयांशी जुळते आहे का ते तुम्ही पाहू शकता. ज्यात मीम्समध्ये वेळ वाया जातो किंवा बेभान होऊन स्क्रोल करत राहिलं जातं अशी सर्व खाती काढून टाका किंवा त्यांना फॉलो करणं थांबवा. जिथली माहिती तुम्हाला मूल्यवान वाटते तीच खाती चालू ठेवा. ती खाती केवळ लक्ष विचलित करणारी नसावीत. मग त्यातली माहिती शैक्षणिक किंवा सामाजिक नसेल आणि खऱ्या अर्थानं मनोरंजन करणारी असेल तरीही चालेल.

आपल्याशी कशा प्रकारे वागलं जात आहे याची माहिती मिळवा :

अनेक गोष्टी आपल्याला अडकवण्यासाठी आणि निरुपयोगी गोष्टींसाठी आपला वेळ, आपले पैसे खर्च करायला भाग पाडण्यासाठी रचल्या गेलेल्या असतात. उदाहरणार्थ, व्हिडिओ गेम्सची रचना करताना त्यात अशी युक्ती आणि रणनीती वापरलेली असते की तुम्ही त्यात गुंतून राहता आणि अधिकाधिक पैसे खर्च करू इच्छिता. समाजमाध्यमंही तुम्ही स्क्रोलिंग करत राहावं म्हणून तुमच्या भावनांशी खेळत असतात.

जेव्हा तुम्ही या पद्धती अधिकाधिक जाणून घेता, तेव्हा त्यांना प्रतिकार करणं सोपं होतं. तुमच्या आवडत्या असलेल्या आणि विशेषत: तुम्ही वारंवार ज्यांच्याकडे आकर्षित होता अशा समाजमाध्यमांच्या किंवा गेम्स साइट्सच्या नैतिक धोरणांची माहिती घ्या. यामागे सर्व प्रकारची समाजमाध्यमं आणि गेम्स साइट्स सोडून देणं हे ध्येय नाही, तर त्यांच्या वापरासंबंधी अधिक जाणीवपूर्वक निर्णय घेणं आणि तुमचा उपयोग तुमच्या स्वत:च्याच हिताविरुद्ध केला जात आहे हे समजून घेऊन जागरूक होणं, हे ध्येय आहे.

तुमची स्वत:ची अशी काही तत्त्वं असतात, जी अन्य विविध समूहांच्या तत्त्वांशी मिळतीजुळती असतात किंवा विरुद्ध असू शकतात. या माध्यमांच्या उपयोगात जाणीवपूर्ण बदल केला तर तुमच्या तत्त्वांविरुद्ध असल्याने तुमच्यासाठी नुकसानकारक ठरणाऱ्या समूहांशी संबंध न ठेवण्याचा

पर्याय तुम्ही निवडू शकता. हे साध्य करणं सोपं नाही असं तुम्हाला वाटू शकेल. कारण आपल्या दैनंदिन जीवनात अनेक कंपन्या महत्त्वाची भूमिका पार पाडत असतात आणि त्यांना टाळणं कठीण असतं. तरीही तुम्ही जर या सर्व गोष्टींचा वापर सजगतेनं केला तर तुम्ही आपलं काम चांगल्या पद्धतीनं करू शकता आणि त्यामुळे आपण जे करतो आहोत ते आपल्या जीवनमूल्यांशी मिळतंजुळतं आहे असं तुम्हाला जाणवतं. त्याबरोबरच आपण जे काही करतो आहोत, ते एखाद्या बाजारी योजनेला फसून किंवा कोणाच्या डावपेचांना बळी पडून करत नाही, तर आपण स्वत:च्या निवडीनुसार करतो आहोत हेसुद्धा तुम्हाला जाणवतं.

या सर्व गोष्टी कशा घडतात हे चांगल्या प्रकारे समजून घेतलं तर तुम्ही त्यासंबंधीच्या आग्रही आवाहनांना आणि ॲप्सकडून येणाऱ्या लक्षवेधी सूचनांना टाळू शकता. यामुळे आंधळेपणानं अल्गोरिदमचं अनुसरण करण्याऐवजी किंवा तुम्ही काय करायचं हे कोणत्यातरी ॲप्स निर्मात्यांना ठरवू देण्याऐवजी तुम्ही स्वत:च समाजमाध्यमांचा योग्य वापर करण्याची क्षमता धारण करता.

इतर क्रियाकलाप शोधून ते आपल्या दैनंदिन जीवनात समाविष्ट करा :

जेव्हा आपल्या आसपास आकर्षक पर्याय उपलब्ध असतात, तेव्हा तत्काळ समाधान मिळवण्यासाठी त्यांना बळी पडणं सहज शक्य असतं. जर खरोखरच तुमच्या आसपास तुम्हाला आवडणाऱ्या आणि विविध प्रकारांनी तुम्हाला आकर्षून घेणाऱ्या अशा गोष्टी असतील तर काय करायचं?

तर तुम्ही काही असे नवीन छंद, नवे क्रियाकलाप आणि नवनवीन कामं शोधू शकता ज्यांतून डोपामाइनला उत्तेजन तर मिळेलच; पण तुम्हाला काही चांगल्या सवयीही लागू शकतील. तुमच्या दिनचर्येमध्ये तुम्हाला व्यग्र ठेवतील आणि तुम्हाला अधिक समाधान देतील अशा रोचक गोष्टींचा समावेश करा. वेळेअभावी सोडून दिलेला एखादा जुना छंद किंवा अनेक दिवस मनात असलेल्या एखाद्या कलेची आराधना सुरू करण्याची वेळ आली आहे असं समजा. नवे माहितीपट आणि अभ्यासक्रम, काही कौशल्यं आणि हस्तकला, खेळ इत्यादी तुम्हाला आनंद देणाऱ्या क्रियाकलापांचा आनंद घ्या.

रिकाम्या वेळेचं नियोजन करण्यासाठी तो वेळ सार्थकी लावण्यासाठी नीट विचार करा. तुम्हाला खरोखरीच आवडणाऱ्या अशा कोणत्या गोष्टी आहेत? तुम्हाला निसर्गसौंदर्य आवडत असेल किंवा तुम्ही नवनवीन तंत्रज्ञानाचे मोठे चाहते असाल. कदाचित तुम्हाला पाककला, चित्रकला किंवा मूर्तिकला यांत रस असेल. कदाचित काही लोकांची वारंवार भेट घ्यावी असं तुम्हाला वाटत असेल.

जेव्हा तुमचा दिवस तुम्हाला आनंद देणाऱ्या अशा अधिक रोचक आणि नावीन्यपूर्ण क्रियाकलाप घेऊन येतो तेव्हा निरर्थक गोष्टींपासून दूर राहणं सहज शक्य होतं. यामुळे तुमचं डोपामाइन काही साध्य करण्याशी/यशाशी जोडलं जात आणि तुम्हाला पुढे आणखी नवीन गोष्टी शिकण्याची, स्वत:ला प्रगत करण्याची प्रेरणा मिळते आणि त्यातून सकारात्मक जाणीव निर्माण होत राहते. जे क्रियाकलाप खात्रीपूर्वक समाधानाच्या सकारात्मक भावना निर्माण करतात आणि आपल्याला आपल्या वाईट सवयी विसरायला लावतात, त्यांच्यामध्ये सामाजिकीकरण अर्थात समाजात मिसळणे समाविष्ट आहे. इतर लोकांमध्ये असणं हे अधिक समाधानकारक आणि फायदेशीर असतं. इतरांबरोबर जोडलेलं राहणं आणि आपली कामं, आपलं यश इतरांपर्यंत पोहोचवणं ही गरज आहे आणि ती एक चांगली गरज आहे. मित्रमंडळींना भेटणे, पुनर्मिलन समारंभांमध्ये भाग घेणे, एखाद्या वर्गात सहभागी होणे इत्यादी सामाजिक क्रियाकलाप आपल्याला अधिक प्रेरणादायक ठरू शकतात.

नावीन्य हा आणखी एक महत्त्वाचा घटक आहे. तो आपल्या डोपामाइन यंत्रणेला कार्यान्वित राखतो. कारण नावीन्याचा शोध घेताना आपण आपल्याला काय आवडेल, काय नाही याचा अंदाज घेत असतो आणि त्यादरम्यान नवीन गोष्टींचा अनुभव घेणं मजेदार वाटत असतं. अर्थातच, एखादी गोष्ट अगदीच नकोशी वाटणारी असेल तर त्या गोष्टीविषयी तुम्हाला उत्साह वाटणार नाही. पण जर ती गोष्ट खरोखरच आश्चर्य वाटेल इतकी नावीन्यपूर्ण असेल तर त्यातून निर्माण होणारे परिणाम तुमच्यासाठी खूपच रोचक असतील. पण जर त्या गोष्टीमध्ये तुम्हाला आश्चर्यचकित करण्याचा गुण नसेल तर तुम्हाला निराश वाटू शकेल.

ज्यामध्ये समाजात मिसळणं, घराबाहेर जाणं आवश्यक आहे असे सकारात्मक सामाजिक क्रियाकलाप शोधणं डोपामाइन निर्मितीमध्ये

सहायक ठरू शकतं. त्यामुळे तुम्हाला नवीन गोष्टी शिकण्यासाठी, नवीन दृष्टिकोन धारण करण्यासाठी तसंच सवयींमध्ये सकारात्मक बदल करण्यासाठी मदत होते.

सहलीला जा :

जर एकही उपाय साध्य झाला नाही, तर एखाद्या नवीन ठिकाणी सहलीला गेल्यामुळे तुमचं डोपामाइन पुन्हा स्थिर करण्यासाठी मदत होईल. सहलीमुळे तुम्ही तुमच्या नेहमीच्या वातावरणातून बाहेर पडता आणि एका नवीन ठिकाणी भेट देता. त्या ठिकाणी नकारात्मक वर्तनाला प्रवृत्त करण्याऱ्या गोष्टी अगदी कमी आणि रोचक अनुभव खूप जास्त असू शकतात. अशी एखादी सहल छोटी असली तरी ती तुमच्या मनाला मोठी उभारी देऊ शकते आणि तुमच्या दैनंदिन जीवनाविषयी एक वेगळा दृष्टिकोन शोधण्यासाठी मदत करू शकते.

अर्थातच, तुमच्या सवयींमध्ये बदल घडवून आणण्यासाठी अशी एखादीच सहल पुरेशी नसते. पण सहलीच्या दरम्यान तुम्हाला आयुष्यात कोणते बदल आवश्यक आहेत, आयुष्यात काय साध्य करायचं आहे आणि कोणते अनुभव तुम्हाला सगळ्यात जास्त रोमांचक वाटतात, याविषयी विचार करण्यासाठी सवडीचा वेळ मिळतो.

सहलीला जाणं म्हणजे परदेशात आठवडाभर राहणं गरजेचं नाही. तुम्ही जवळच्याच एखाद्या वेगळ्या शहरात जाऊ शकता. तुमच्या स्वतःच्या शहरातच एखाद्या अनोळख्या ठिकाणाला भेट देणंही नवीनतेचा अनुभव देणारं आणि परिणामकारक ठरू शकतं. तिथेही तुम्हाला आपण पर्यटक असल्यासारखं वाटू शकतं.

नवीन संवेदनांचा शोध घ्या :

दुसरा उपाय म्हणजे नवीन संवेदनांचा शोध घेणं. आपल्या दिवसभरात काहीतरी नवीन असेल अशी योजना आखा; त्यामध्ये तुम्ही पूर्वी कधी घेतला नसेल असा एखादा नवा अनुभव असू शकतो. यामुळे तुमच्या मेंदूला डोपामाइनसाठी अत्यधिक उत्तेजनेवर अवलंबून राहण्याची गरज पडत नाही, तर डोपामाइनच्या कमी प्रमाणातल्या नियमित खुराकावर राहण्याची

सवय लागते. एखाद्या नव्या पदार्थाची नवीन चव घेणं, ऑफिसला जाताना नेहमीपेक्षा वेगळ्या मार्गानं जाणं, नव्या वासाचं डिशवॉशिंग द्रावण- अशा आधी कधीही न अनुभवलेल्या गोष्टी अनुभवून बघा आणि पंचेंद्रियांना सवय नसलेल्या वेगळ्या संवेदनांचा अनुभव द्या.

जेव्हा आपण ठरावीक दिनचर्येमध्ये अडकून राहतो तेव्हा आपला मेंदू ऑटोपायलट पद्धतीनं म्हणजे यांत्रिक पद्धतीनं ठरावीक गोष्टी करत राहतो. ते थांबवणं कठीण असतं. तुमच्या बाबतीत असं झालंही असेल. उदाहरणार्थ, तुम्ही तुमच्या नेहमीच्या रस्त्यानं गाडी चालवत असता आणि मुक्कामाच्या ठिकाणी पोहोचल्यावर तुम्हाला जाणवतं की, तुम्ही त्या रस्त्याचा विचारही करत नव्हतात; पण तुमच्या मेंदूनं ऑटोपायलट तंत्रानं तुम्हाला तिथे पोहोचवलं होतं. सजगतेविषयी तुम्ही आधीच समजून घेतलेलं आहे. त्या सजगतेचा उपयोग या समस्येसाठी उतारा म्हणून होऊ शकतो. पण 'नावीन्य' हा एक अन्य उपाय आहे. नावीन्यामुळे तुमच्या मेंदूला नेहमीच्या गोष्टींमधून नावीन्य शोधण्यासाठी, अंदाज लावण्यासाठी आणि त्याद्वारे आठवडाभरातच डोपामाइन निर्मितीमध्ये सुधारणा करण्यासाठी मदत होते.

याहून अधिक काहीतरी प्रचंड वेगळं आणि नवीन शोधण्याची गरज नाही. फक्त आपल्या पंचेंद्रियांनी कोणत्या नव्या संवेदना अनुभवल्या, याचा विचार करा. नवीन शैलीतलं पुस्तक, वेगळा छंद, एरवी तुम्ही बघणार नाही अशा विषयावरचा चित्रपट किंवा अन्य एखादी नवी गोष्ट अनुभवून बघा. 'नावीन्य' आपल्या मेंदूला आनंदी आणि समाधानी ठेवू शकतं. आपल्या मेंदूला डोपामाइन ज्या प्रकारे मिळतं आणि ते आपल्याला ज्या प्रकारे प्रेरित करतं तो प्रकार बदलण्यासाठी तुम्ही अनेक गोष्टी करू शकता. तुमचा वेळ आणि तुमची ऊर्जा सकारात्मक आणि स्वास्थ्यवर्धक सवयींवर केंद्रित करण्यासाठी आवश्यक ते बदल घडवून आणण्याकरता तुम्ही तुमच्या प्रेरणास्रोतांवर आणि जीवनशैलीवर नियंत्रण ठेवू शकता. डोपामाइनला सकारात्मक आणि नकारात्मक अशा दोन्ही बाजू आहेत, हे लक्षात ठेवायचं आहे. चांगलं काम करण्यासाठी, यश मिळवण्यासाठी आणि अधिकाधिक गोष्टी साध्य करण्यासाठी आपल्याला डोपामाइनची आवश्यकता असते. पण आधुनिक जगातल्या अनेक गोष्टी, त्या गोष्टींच्या फायद्यासाठी आपल्या डोपामाइन यंत्रणेत त्यांना अनुकूल असा बदल करण्याच्या प्रयत्नांत

असतात. म्हणूनच हे रसायन कशा प्रकारे कार्य करतं आणि आपण ते अधिक प्रभावी पद्धतीनं कसं वापरू शकतो हे समजून घेतलं तर आपल्या आयुष्यात थेट आणि लक्षणीय विकास घडून येऊ शकतो.

डोपामाइन हा आपल्यासाठी असलेला एक आवश्यक घटक आहे. म्हणूनच त्याला 'अधिकचा रेणू' असं म्हटलं जातं (लीबरमन आणि लाँग, २०१९, द मॉलेक्युल ऑफ मोअर : हाऊ अ सिंगल मॉलेक्युल इन युअर ब्रेन ड्राइव्ह्ज लव्ह, सेक्स अँड क्रिएटिव्हिटी - अँड विल डिटरमाइन द फेट ऑफ द ह्यूमन रेस). डोपामाइन हे अधिकाधिक समाधानप्राप्तीसाठी प्रयत्नरत राहण्याकरता स्वत:ला प्रेरित ठेवण्याचे रसायन आहे. प्रेरणेशिवाय आपण फार काही साध्य करू शकत नाही. कमी महत्त्वाची, पण अर्थपूर्ण ध्येयं साध्य केल्यावर जे खरंखुरं यश मिळतं त्याची जागा घेणाऱ्या अनावश्यक गोष्टी सोडून देऊन तुम्ही आपलं जीवन आपल्या मूल्यांशी मिळतंजुळतं घडवू शकता आणि खरोखर महत्त्वाच्या असलेल्या गोष्टींचा पाठपुरावा करण्यासाठी स्वत:ला सक्षम करू शकता : अशा गोष्टी ज्या महत्त्वाच्या, उद्देशपूर्ण आहेत आणि ज्यांच्या द्वारे आपण जगावर आपला ठसा उमटवू शकतो अशी भावना तुमच्यामध्ये निर्माण होते.

इथे सांगितलेल्या धोरणांचा वापर करून तुम्ही तुमच्या डोपामाइन पातळीला योग्य प्रकारे नियंत्रित करू शकता आणि ती सतत कमी ठेवू शकता. त्यामुळे तुम्ही एकंदरीत जीवनाचा आनंद तर घ्यालच, पण तो सातत्याने घेऊ शकाल आणि दैनंदिन अर्थपूर्ण क्रियाकलापांमध्येही आनंद मिळवू शकाल. यातून तुम्हाला तुमच्या मेंदूच्या कंट्रोल पॅनेलमध्ये प्रवेश करता येईल आणि आपली खरी ध्येयं, अपेक्षित यश प्राप्त करून घेण्यासाठी मदत होईल.

सारांश :

- डोपामाइन हा मेंदूतील रासायनिक प्रक्रियेतला एक नैसर्गिक घटक असला तरी त्याची पातळी अत्यधिक प्रमाणात वाढली तर व्यसनाधीनतेची लक्षणं दिसू शकतात आणि म्हणूनच डोपामाइन डिटॉक्स प्रक्रिया ही आपल्या मेंदूतील डोपामाइन पातळी योग्य प्रकारे पुनर्स्थापित करण्यासाठी सहायक ठरते. त्यामुळे आपल्याला

विविध आव्हानं, समाधान आणि नावीन्य यांचा अनुभव नव्या आणि स्वास्थ्यपूर्ण मार्गाने घेणं शक्य होतं.

- डिटॉक्सिंगमध्ये थोड्याशा प्रयत्नांमध्ये अधिक प्रमाणात डोपामाइन निर्माण करणारी 'सोपी' कामं (समाजमाध्यमं, साखर, अल्कोहोल, खरेदी किंवा कामुक चित्रण बघणे इत्यादी) क्रियाकलाप केले जातात आणि त्याऐवजी ध्यानधारणा, व्यायाम, उपवास, विविध छंद, वाचन आणि खेळ इत्यादी क्रियाकलापांचा समावेश केला जातो.
- डिटॉक्सदरम्यान कंटाळा येणं, वंचित असल्यासारखं वाटणं, निराश होणं किंवा चिडचिड होणं साहजिक आहे आणि ते थांबवण्याच्या आवश्यकतेचं लक्षण आहे. तरीही जर तुम्ही त्या असुविधाजनक स्थितीमध्ये टिकून राहिलात तर हळूहळू स्वत:ची क्षमता पुन्हा प्राप्त करून घ्याल. काही काळानं तुम्ही तुमच्या मेंदूला तत्काळ समाधान मिळवण्यासाठी सतत विचलित होऊ देण्याऐवजी उत्पादनक्षम, स्वास्थ्यपूर्ण आणि टप्प्याटप्प्यानं आनंद घेत कार्य पूर्ण करण्यासाठी तयार कराल.
- तुमच्या गरजेनुसार १, ३ किंवा ७ दिवसांचा डिटॉक्स पर्याय निवडून आपल्या मेंदूला नव्यानं कार्यान्वित करण्याचा प्रयत्न करा आणि आपल्या जीवनात कोणत्या प्रकारचं वर्तन असू देणं आवश्यक आहे आणि कोणतं वर्तन आपल्यासाठी नुकसानकारक आहे, याचा विचार करा. यादरम्यान रोमांचक आणि तत्काळ समाधान देणाऱ्या गोष्टी कमी करून आपली खऱ्या अर्थाची जीवनमूल्यं आणि आपल्या इच्छा काय आहेत, याचा खोलवर विचार करण्याची संधी तुम्ही स्वत:ला देत असता.
- सात दिवसांचा डिटॉक्स अधिक परिणामकारक ठरतो, पण त्यासाठी काही धोरणात्मक नियोजन आधीपासून करणं आवश्यक आहे. सजगता आणि चिंतन यांसाठी अधिकाधिक वेळ द्या, आपल्याला कंटाळा येऊ शकतो हे समजून घेता त्याला प्रतिकार न करता त्यावर काम करा आणि तुमच्या तीव्र इच्छांवर, त्या इच्छांना दिलेल्या नकारावर लक्ष केंद्रित करून काय होत आहे ते पहा.

- झोपेसंबंधीच्या योग्य सवयी, पोषक आहार आणि व्यायाम हे तुमच्या मेंदूला नव्यानं कार्यान्वित करण्यासाठीचे अटळ उपाय आहेत. सजगता आणि विश्रांती या तंत्रांचा वापर मोठ्या प्रमाणात करा. यातलं ध्येय तुम्हाला आनंदापासून वंचित ठेवणं हे नसून, आनंद, कृती आणि सजगता यांच्याशी पुन्हा एकदा नातं जोडणं हे आहे. स्वत:च्या जीवनावर आणि स्वत:साठी काय मिळवायचं आहे यावर जाणीवपूर्वक प्रभुत्व प्राप्त करणे हा यामागचा उद्देश आहे.

भाग २

तुमचा ऊर्जास्त्रोत असलेलं अन्न

तुम्ही जे खाता, तसेच तुम्ही असता. खरोखरीच आणि शब्दश: अर्थानं आपल्या शरीरातला प्रत्येक अवयव, पेशी आणि अगदी अणू-रेणू हे कुठूनतरी आले आहेत. आपलं अन्न, आपल्यामध्ये तयार होणारी मज्जासंस्था, आपल्या स्नायूंमुळे होणारी प्रत्येक हालचाल आणि आपल्या डोक्यावरचा केसन्‌केस हे आपण घेत असलेल्या किंवा न घेतलेल्या आहाराचा थेट परिणाम असतो. शिवाय, आपण घेत असलेल्या आहाराचा परिणाम डोपामाइनसारख्या न्यूरोट्रान्समीटरचा योग्य उपयोग करण्याच्या आपल्या क्षमतेवरही होत असतो आणि त्याचा परिणाम वैयक्तिक जीवनाच्या छोट्यातल्या छोट्या पैलूवरही होत असतो.

योग्य पोषण देणारा आहार समजून घेणं म्हणजे आपल्या जीवनाला पुनरुज्जीवित करण्यासाठी एखादं कंटाळवाणं पुस्तक वाचल्यासारखं वाटू शकेल. पण जर तुम्हाला खरंच प्रत्यक्षात एक चांगला अनुभव घ्यायचा असेल तर तुम्हाला मुळापासूनच सुरुवात करावी लागेल, ही काही अतिशयोक्ती नाही. अन्न दोन महत्त्वाच्या गोष्टी साध्य करतं : आपल्याला जिवंत ठेवणाऱ्या शरीरांतर्गत प्रत्येक जैविक क्रियेला चालना देण्यासाठी आवश्यक ती ऊर्जा पुरवतं आणि आपलं शरीर स्वत:ची दुरुस्ती आणि जडणघडण करण्यासाठी वापरत असलेला कच्चा मालही पुरवतं. यापेक्षा मूलभूत असं काय असू शकतं?

आपण जे काही करतो त्यावर, आपल्या ऊर्जेच्या पातळीवर आणि आपल्या एकंदरीत जीवनशैलीवर आपण खात असलेल्या अन्नाचा मोठा प्रभाव असतो. गेल्या काही दशकांमध्ये आपण पोषणाविषयी बरंच काही शिकलो आहोत. पण आपलं आरोग्य सुधारण्यासंदर्भात आणखीही अनेक परस्परविरोधी संकल्पना आणि विचार सांगितले गेले आहेत. लोक किती वेगवेगळ्या प्रकारचा आहार घेतात, ते थोडक्यात जाणून घेऊ : किटो,

पॅलिओ किंवा व्हेगन हे आहाराचे सर्व प्रकार तुमच्या सर्व समस्यांवरचे उपाय म्हणून आणि निरोगी दीर्घायुष्याचा मार्ग म्हणून सांगितले गेले आहेत आणि त्यांचा प्रचार केला जात आहे. त्यामुळे हा विषय बायोहॅकिंग अर्थात शारीरिक क्रियांवर नियंत्रण ठेवू इच्छिणाऱ्यांसाठी रंजक बनतो.

या भागामध्ये आपण पोषणाशी संबंधित काही सूचना आणि पोषणासंबंधी धोरणांवर चर्चा करणार आहोत, यासंदर्भात सध्या दिल्या जाणारे सल्ले समजून घेणार आहोत आणि तुम्ही जो आहार घेत आहात तो सुधारून तुमची जीवनशैली सुधारण्यासाठी प्रो-बायोटिक्स आणि प्री-बायोटिक्स यांबरोबरच इतर आधुनिक धोरणांबद्दल जाणून घेणार आहोत. यातला कोणता आहार सर्वाधिक लोकप्रिय आहे आणि प्रत्येक आहारशैलीमधून चांगलं काय घेता येईल हेसुद्धा आपण पाहणार आहोत. आपण आपला आहार बदलायचा नाही किंवा इथे सांगितल्यापेक्षा वेगळा आहार घ्यायचा ठरवलं तरीही ही चर्चा तुमच्यासाठी उपयुक्त ठरेल.

प्रकरण ३

जीवनासाठी इंधन

अन्नाद्वारे आरोग्य कसं सुधारावं याविषयी नवा विचार आणि नवनव्या कल्पना देणारं 'पोषणशास्त्र' हे एक सतत प्रगत होत राहणारं शास्त्र आहे. म्हणजेच अत्याधुनिक माहिती काळानुसार जुनी किंवा चुकीची ठरू शकते. त्यामुळे इथे दिलेली माहिती सध्याच्या पोषण आहार-विचारांवर, कल्पनांवर आधारित आहे आणि ती वर्तमान समजुती प्रतिबिंबित करते. पण संपूर्ण माहितीसह आपल्या आहाराची निवड करण्यासाठी त्यासंबंधीचे नवनवे निष्कर्ष आणि नवीन कल्पनांसह अद्ययावत माहिती घेत राहणं आवश्यक आहे.

अन्न आणि पोषण विशेषज्ञ असलेले संशोधक मायकेल पोलन (२००९, फूड रूल्स : एन इटर्स मॅन्युअल) यांनी अन्नाकडे पाहण्याच्या सध्याच्या दृष्टिकोनाचं वर्णन सोप्या नियमांसह केलं आहे :

'अन्न सेवन करा. अत्यधिक नको. अधिकतम वनस्पती खा.'

याचा अर्थ असा की, आपल्या आहारात प्रामुख्यानं नैसर्गिक अन्नाचं प्रमाण आणि प्रक्रिया केलेल्या पदार्थांचं किंवा कृत्रिम अन्नाचं प्रमाण कमी असायला हवे. हा पहिल्या वाक्यांशातील नियमाचा अर्थ आहे. दुसरा नियम आपल्याला सांगतो की, आहार संयमित आणि संतुलित असावा, कर्बोहायड्रेट्स, फॅट्स किंवा प्रथिनं यांपैकी कोणत्याही घटकाचं अति सेवन

करू नये आणि आहाराचं प्रमाणही अधिक असू नये. म्हणजेच अतिरेकी सेवन ही दुसरी महत्त्वाची लक्ष देण्यासारखी गोष्ट आहे. अन्नपदार्थांनी मेज पूर्ण भरून टाकणे आणि आवश्यकतेहून अधिक खाणे याऐवजी प्रत्येक जेवणातील आहाराचं प्रमाण कमी केलेलं चांगलं.

तिसरा नियम अर्थातच फळं आणि भाज्यांचं सेवन वाढवण्यासंबंधी आहे. कारण त्यामुळे आरोग्यावर चांगला परिणाम होण्याची शक्यता वाढते. प्रथिनं महत्त्वाची असली तरी आहारात प्रत्येक वेळी भरपूर प्रमाणात फळांचा आणि भाज्यांचा समावेश केल्यामुळे आपल्या स्वास्थ्यामध्ये चांगला परीणाम दिसून येऊ शकतो (पोलन, २००९, फूड रूल्स : एन इटर्स मॅन्युअल).

कठोर नियमांचं पालन करण्यापेक्षा अशा काही सामान्य तत्त्वांचं पालन केल्यामुळे आपण आपला आहार नियंत्रित राखून त्याचं योग्य व्यवस्थापन करू शकतो आणि निरोगी राहू शकतो. पाव न खाण्यासारखे अतिशय ठोस नियम जर ॲलर्जीशी किंवा वैद्यकीय कारणाशी संबंधित नसतील तर त्यांचं पालन करणं अधिक कठीण आणि आपल्यावर बंधनं घालणारं वाटू शकतं.

निरोगी राहण्यासाठी तुमच्या खाण्यापिण्याच्या सवयी न बदलताही तुम्ही तुमच्या आहारात बदल करू शकता. आपल्या आहारामध्ये कमी प्रक्रिया केलेले आणि ताजे पदार्थ अधिक प्रमाणात समाविष्ट करा. मासे, मांस, कोंबडीचं मास यांसारखे पदार्थ आधीच शिजवून ठेवलेले घेऊन येण्यापेक्षा ताजे खरेदी करून शिजवून खाल्लेले जास्त चांगले.

तुम्हाला आवडणारे खाद्यपदार्थ अधिक प्रमाणात घरात असतील तर ते खाणं सोपं होतं. बरेचदा चविष्ट पदार्थांचा विचार करताना आपल्याला प्रथम चिप्स, कुकीज किंवा चॉकलेट यांसारखे प्रक्रिया केलेले, गोड आणि खारे पर्याय सुचतात. पण नैसर्गिक पदार्थही तितकेच चविष्ट असू शकतात; विशेषत: ते पदार्थ तयार करताना तुम्ही तुम्हाला आवडणाऱ्या चवीनुसार ते तयार केलेले असले तर! म्हणजे जर तुम्हाला सॅलमन आवडत नसेल तर सॅलमन खाण्याची गरज नाही आणि एस्परॅगस आवडत नसेल तर तेही खाण्याची आवश्यकता नाही. मिठाई आणि आणि फराळाचे पदार्थही दुकानातून आणण्यापेक्षा घरात तयार केले, तर ते स्वास्थ्यकर असतात त्यामुळे तुम्ही ते अपराध न समजता आनंद घेत खाऊ शकता. पूर्वीपासूनच आरोग्यासाठी हानिकारक मानलेले गोड पदार्थही योग्य घटक वापरून केले तर ते पौष्टिक आणि सेवनाचा आनंद देणारे असू शकतात.

पण अर्थातच प्रत्येक जण नेहमी घरी स्वयंपाक करू शकेल किंवा नेहमी प्रत्येकाला नेहमी पोषक घटकपदार्थ उपलब्ध होतील असं नाही. तरीही तुम्ही ते निकष पूर्ण करण्याचा शक्य तितका प्रयत्न करायला हवा. उदाहरणार्थ, तुम्ही रोज घरी स्वयंपाक करू शकत नसलात तर दर शुक्रवारी किंवा आठवड्यातून दोन वेळा घरी पदार्थ बनवू शकता. जर तुमच्यासाठी ताज्या भाज्या भरपूर प्रमाणात उपलब्ध होत नसतील, तर तुम्ही गोठवलेल्या भाज्या घेऊ शकता. आहार जपण्याचा मार्ग सोपा नक्कीच नाही; पण छोटे बदलदेखील तुमच्या अनुभवामध्ये आणि सवयींमध्ये मोठा परीणाम साधू शकतात.

अधिकाधिक वनस्पती, कमी प्रमाणातलं अन्न आणि अधिक प्रमाणातलं नैसर्गिक अन्न यांद्वारे तुम्ही शाश्वत आणि स्वास्थ्यवर्धक आहार घेऊ शकता. असा आहार बायोहॅकिंग प्रक्रियेचा सहायक ठरतो. स्वास्थ्यवर्धक आहाराचं पालन करणं हे अन्य रंजक गोष्टींसारखं फारसं उत्साहाचं वाटत नसलं, तरीही असा आहार झोपेचं वेळापत्रक योग्य प्रकारे सांभाळत निरोगी दीर्घायुष्याचा भक्कम पाया घालू शकतो.

भूमध्य सागरी प्रदेशाचा आहार :

भूमध्य सागरी प्रदेशातला आहार हा आरोग्याच्या समस्या टाळण्यासाठी आणि दीर्घायुष्य प्राप्त करून घेण्यासाठी सर्वाधिक उपयुक्त आणि प्रस्थापित आहारांपैकी एक मानला जातो. हा आहार औषधोपचार टाळण्यासाठी सुवर्ण मानक ठरला आहे. मायोकार्डिअल इन्फेक्शन, स्ट्रोक, मृत्युदर, हृदयविकार आणि शारीरिक अक्षमता हे धोके कमी करण्यासाठी या आहाराचे होणारे फायदे या आहाराचं अद्वितीय सामर्थ्य सिद्ध करतात. त्यामुळे जीवनशैली सुधारते आणि जगण्याचा आनंद घेता येतो (मार्टीनेझ-गोंझालेझ आणि मार्टीन-कॅल्व्हो, २०१६, मेडिटेरिअन डाएट अँड लाइफ एक्स्पेक्टन्सी; बियॉन्ड ऑलिव्ह ऑइल, फ्रुट्स अँड व्हेजिटेबल्स). या आहाराला ठोस आणि अनुभवाधारित आधार आहे. ज्यांना स्वास्थ्यवर्धक आहार हवा आहे, दीर्घायुष्य हवं आहे आणि हृदयाचं, रक्तवाहिन्यांचं आरोग्य जपायचं आहे त्यांच्यासाठी हा आहार सर्वोत्तम पर्यायांपैकी एक आहे. भूमध्य आहार शैली ही ग्रीस आणि इटली यांसारख्या भूमध्य

समुद्राजवळील देशांशी संबंधित आहे. त्यामुळे या प्रदेशातील अनेक मुख्य घटकांचा समावेश या आहारात दिसून येतो. अनेक घटकांनी युक्त असा भूमध्य आहार वैशिष्ट्यपूर्ण आहे.

यामध्ये भाज्या, फळं, काजू, शेंगा आणि प्रक्रिया न केलेलं धान्य यासह वनस्पतिजन्य अनेक पदार्थ समाविष्ट असतात. या आहारामध्ये मांस आणि मांस उत्पादनांचा वापर कमी दिसून येतो– विशेषत: लाल मांस आणि सॉसेजेससारखे प्रक्रिया केलेले मांसाचे पदार्थ कमी प्रमाणात वापरले जातात. माशांचा वापर कुठे साधारण, तर कुठे जरा जास्त दिसतो. पारंपरिक पद्धतीनं लावलेलं दही आणि काही प्रकारचं चीज वगळता दुग्धजन्य पदार्थ जास्त खाल्ले जात नाहीत. अल्कोहोल हा या आहाराचा एक घटक आहे, पण त्याचं सेवन मर्यादित प्रमाणात आणि जेवणासह केलं जातं. त्यात अल्कोहोलच्या अन्य प्रकारांसह वाइनचं प्रमाण अधिक असलेलं आढळतं (मार्टीनेझ–गोंझालेझ आणि मार्टीन–कॅल्व्हो, २०१६, मेडिटेरिअन डाएट अँड लाइफ एक्स्पेक्टन्सी; बियॉन्ड ऑलिव्ह ऑइल, फ्रुट्स अँड व्हेजिटेबल्स).

भूमध्य सागरी आहार हा प्रामुख्यानं चरबीयुक्त पदार्थांनी युक्त असा आहे. अन्य घटकांच्या तुलनेत चरबीयुक्त पदार्थांचं प्रमाण साधारण ४०% इतकं आहे. ही चरबी, विशेषत: ऑलिव्ह ऑइल हे स्वास्थ्यपूरक असते. या आहारात समाविष्ट असलेली चरबी प्रामुख्यानं उपयुक्त मोनोअनसॅच्युरेटेड लिपिड्स असते. या आहारातील एकूण कॅलरींमध्ये एक्स्ट्रा व्हर्जिन ऑलिव्ह ऑइलचं प्रमाण साधारण १०% ते १५% इतकं असतं (मार्टीनेझ–गोंझालेझ आणि मार्टीन–कॅल्व्हो, २०१६, मेडिटेरिअन डाएट अँड लाइफ एक्स्पेक्टन्सी; बियॉन्ड ऑलिव्ह ऑइल, फ्रुट्स अँड व्हेजिटेबल्स).

भूमध्य आहार हा विविध प्रकारच्या चरबींनी युक्त असला, तरीही त्या स्वास्थ्यपूरक असतात. अशा प्रकारच्या चरबी हृदयाचं आरोग्य जपतात असं दिसून आलं आहे. कारण हृदयासंबंधी समस्यांना प्रतिबंध करणं हा या आहाराचा एक मुख्य लाभ आहे. चरबीच्या अन्य स्रोतांच्या तुलनेत स्वयंपाकासाठी आणि पदार्थांना टिकवण्यासाठी ऑलिइव्ह ऑइलचा वापर करणं हा एक चांगला पर्याय आहे. कारण त्यामुळे अन्य प्रकारच्या अन्नापेक्षा स्वास्थ्यपूरक चरबीचं सेवन अधिक प्रमाणात वाढवलं जातं.

ओकीनावन आहार :

ओकीनावन आहार हा भूमध्य आहाराच्या तोडीस तोड आहे. कारण हा आहारसुद्धा दीर्घायुष्य प्रदान करणारा असल्याचं दिसून येतं. या दोन्ही प्रकारच्या आहारांमध्ये समुद्री अन्नाचं आधिक्य आणि स्वास्थ्यपूरक चरबीचं सेवन अशा खाण्याच्या काही पद्धती समान आहेत.

ओकीनावन आहाराचे मुख्य घटक म्हणजे कंदमुळे (उदाहरणार्थ, रताळी) हिरव्या आणि पिवळ्या भाज्या, सोयाबीन-आधारित पदार्थ आणि औषधी वनस्पती आहेत. प्रथिनांसाठी काही प्रमाणात समुद्री अन्न आणि चरबी, कॅलरीज यांचं प्रमाण कमी असलेलं मांस खाल्लं जातं. अपरिष्कृत कार्बोहायड्रेट्स आणि स्वास्थ्यपूरक चरबीचं प्रमाण जास्त आहे. त्याबरोबरच प्रथिनांचा स्रोत म्हणून मासे, शेंगा, भाज्या आणि चरबीचं प्रमाण कमी असलेल्या मांसाचा वापर केला जातो (विलकॉक्स, स्कार्पॅग्निनी आणि विलकॉक्स, २०१४, हेल्दी एजिंग डाएट्स अदर दॅन द मेडिटेरिनिअन : अ फोर्स ऑन द ओकिनावन डाएट).

हा जपानी आहार हृदय आणि रक्तवाहिन्यांसंबंधित रोगांचा आणि वाढत्या वयानुसार निर्माण होणाऱ्या व्याधींचा धोका कमी करतो.

या आहारात चरबीचा समावेश अशा प्रकारे केलेला आहे की, ज्यामुळे शरीरांतर्गत जळजळ न होता आयुष्यभर आरोग्य चांगलं राहतं (विलकॉक्स, स्कार्पॅग्निनी आणि विलकॉक्स, २०१४, हेल्दी एजिंग डाएट्स अदर दॅन द मेडिटेरिनिअन : अ फोर्स ऑन द ओकिनावन डाएट).

प्रथिनांचा स्रोत म्हणून लाल मांस किंवा चरबीयुक्त मांस न वापरता त्याऐवजी चरबी-कॅलरीजचं प्रमाण कमी असलेलं मांस, समुद्री अन्न, शेंगा आणि विविध भाज्या अशा प्रथिन स्रोतांपासून मिळणारे फायदे हा या आहराचा मुख्य लाभ आहे. यातूनच पोषक आहारासाठी स्वास्थ्यपूरक चरबीचं महत्त्व पुन्हा एकदा सिद्ध होतं.

केटो आहार :

गेल्या काही महिन्यांमध्ये केटो आहार लोकप्रिय झाला आहे. पण भूमध्य आहाराच्या तुलनेत या आहाराचं अनुभवाधारित महत्त्व थोडं कमी आहे.

कार्बोहायड्रेटचं प्रमाण कमी करणं आणि चरबीचं सेवन वाढवणं हे केटो आहाराचं मुख्य तत्त्व आहे. त्यामुळे चरबी, मांस, कोंबडीचं मांस, मासे, अंडी आणि चीज हे या आहाराचे मुख्य घटक आहेत. या आहारात शेंगा, पूर्ण धान्य आणि भाज्यांचं सेवन कमी प्रमाणात केलं जातं किंवा पूर्णपणे टाळलं जातं. (क्रॉस्बी आणि अन्य लेखक, २०२१, केटोजेनिक डाएट्स अँड क्रोनिक डिसिजेस: वेइंग द बेनिफिट्स अगेन्स्ट द रिस्क्स).

केटो किंवा केटोजेनिक आहारामध्ये कार्बोहायड्रेट्स, प्रथिनांचं प्रमाण कमी असतं आणि चरबीचं प्रमाण जास्त असतं. ऊर्जेचा स्रोत म्हणून काम करणारी आणि चरबीचं ज्वलन करण्यासाठी सहायक ठरणारी केटोसिस स्थिती तयार करणे किंवा केटोन घटक निर्माण करणे हा यामागचा उद्देश असतो. वजन घटवण्यासाठी केटो आहाराचा उपयोग होतो, असं दिसून आलं आहे. त्याबरोबरच रक्तदाब आणि ट्रायग्लिसराइड्स नियंत्रित राखणे हासुद्धा या आहाराचा एक फायदा आहे. पण त्यामुळे हृदय आणि रक्तवाहिन्यांसंबंधीचे धोके वाढू शकतात. त्यामुळे कालांतरानं हा आहार कायम राखणं कठीण होऊ शकतं (बॅच, लॅमसल, एडकिन्स, सुलतान आणि रामिरेझ, २०२०, ॲडव्हान्टेजेस अँड डिसॲडव्हान्टेजेस ऑफ केटोजेनिक डाएट : अ रिव्ह्यू आर्टिकल).

केटो आहारामध्ये फळे आणि भाज्यांचं सेवन टाळण्याचं सुचवलेलं आहे आणि ते कदाचित सर्वथा योग्य ठरणार नाही. अशा प्रतिबंधात्मक आहारामुळे एखाद्या व्यक्तीला काही काळ फायदा होऊ शकतो, पण तो दीर्घ काळ टिकणं कठीण असतं. या आहारामध्ये स्वास्थ्यपूरक चरबीचं महत्त्व सांगितलेलं असलं, तरी विशेषत: लाल मांस, अंडी आणि मासे यांच्यातल्या केंद्रित चरबीचं प्रमाण चिंताजनक ठरू शकतं. थोडक्यात सांगायचं तर, केटो आहार चरबीचं प्रमाण त्वरित घटवण्यासाठी उपयुक्त असला तरी पर्यावरणीय दृष्टिकोनातून त्यामध्ये सातत्य राखणं शक्य नाही आणि प्राणिजन्य पदार्थ टाळणाऱ्या लोकांसाठी या आहाराचं पालन करणं जवळजवळ अशक्य आहे.

पॅलिओ आहार :

पॅलिओ आहाराची संकल्पना आपल्या प्राचीन, अश्मयुगीन पूर्वजांच्या आहारावर आधारित आहे. मानव प्रजाती ही विकासकाळाच्या आरंभी घेत

असलेला आहार आपण घ्यावा अशी या आहाराची कल्पना आहे. याचा अर्थ भाज्या, फळे, बिया, कंदमुळे आणि मांस यांचा वापर अधिक प्रमाणात करणे. (तुम्हाला ही कल्पना समजली आहे का?) या आहारातून दुग्धजन्य पदार्थ, धान्य, साखर, शेंगा, प्रक्रिया केलेली तेलं, मीठ, अल्कोहोल, प्रक्रिया केलेलं अन्न आणि कॉफी हे घटक वगळण्यात आले आहेत (सचदेव, प्रिया आणि गायत्री, २०१८, पॅलिओ डाएट - अ रिव्ह्यू). पॅलिओ आहार आरोग्यासाठी काही प्रमाणात फायदेशीर आहे. पण भूमध्य आहाराच्या तुलनेत याचं महत्त्व तितकं स्पष्ट नाही.

पॅलिओ आहारामुळे आरोग्यासाठी काही सकारात्मक परीणाम दिसतात, पण अन्य पोषक आहारांच्या तुलनेत ते कमी आहेत (जामका आणि अन्य लेखक, २०२०, द इफेक्ट्स ऑफ द पॅलिओलिथिक डाएट व्हर्सेस हेल्दी डाएट्स ऑन ग्लुकोज अँड इन्सुलिन होमिओस्टॅसिस : अ सिस्टिमॅटिक रिव्ह्यू अँड मेटाअॅनालिसिस ऑफ रँडमाइझ्ड कंट्रोल्ड ट्रायल्स). शेंगा, धान्य आणि दुग्धजन्य पदार्थांसारख्या महत्त्वाच्या घटकांना केलेला प्रतिबंध ही या आहाराविषयीची समस्या असू शकते (फेंटन अँड फेंटन, २०१६, पॅलिओ डाएट स्टिल लॅक्स एव्हिडन्स).

भाज्या, फळं आणि बियांना दिलेलं प्राधान्य, तसंच प्रक्रिया केलेलं अन्न टाळणं हा पॅलिओ आहारामधला महत्त्वाचा भाग आहे. पण लोकांना आहारातले असे प्रतिबंध पाळणं कठीण वाटतं आणि त्यामुळे त्यांचं नियमितपणे पालन केलं जात नाही. परिणामतः अन्नघटकांचा मोठा संच टाळायला सांगणाऱ्या अन्य कोणत्याही आहार पद्धतीप्रमाणे इथेही 'योग्य' पदार्थ खाण्यासंबंधी अतिरेकी वर्तन आणि चिंता वाढू शकते.

आहारासंबंधी सूचना :

- स्वास्थ्यपूरक चरबीचं सेवन मोठ्या प्रमाणावर करावं.
- अन्य मांसाऐवजी चरबी आणि कॅलरीज कमी असलेलं मांस आणि मासे यांचं सेवन करावं.
- भाज्या आणि फळे खावीत.
- कार्बोहायड्रेटचा स्तर कमी राखावा आणि प्रक्रिया केलेल्या अन्नपदार्थांचं प्रमाण कमी असावं.

सुपर फूड्स आणि सप्लिमेंट्स :

सुपर फूड्सचा (ज्यांमध्ये जीवनसत्त्वं, प्रथिनं, खनिजं, फायबर आणि अँटीऑक्सिडंट्स मोठ्या प्रमाणात समाविष्ट असतात) प्रचार मोठ्या प्रमाणावर होत असतो; पण अशा सुपर फूडची लाट येते आणि जाते. जे पदार्थ आपोआपच आहाराचं पोषणमूल्य वाढवतात असे अतिरिक्त पोषक गुणधर्म असलेले पदार्थ असं सुपर फूड्स या संकल्पनेचं वर्णन केलं जाऊ शकतं. या सुपर फूड्समध्ये वर्गीकृत होण्यासाठी या आहाराचा फायदा वाढवणारे डझनभर किंवा त्याहून अधिक गुणधर्म संबंधित अन्नामध्ये समाविष्ट असणं आवश्यक आहे. विशेषत: त्यामध्ये पॉलीअनसॅच्युरेटेड फॅटी ॲसिड (ओमेगा-३ आणि ६), जीवनसत्त्वं, खनिजं, प्रो-बायोटिक्स, अँटीऑक्सिडंट्स, आवश्यक ते अमिनो ॲसिड्स, एन्झाइम्स आणि अन्य आवश्यक घटक असू शकतात.

सुपर फूड्सचे फायदे काय आहेत? अशा प्रकारच्या अन्नातून फायदे मिळवणं सोपं असतं कारण जीवनसत्त्वं आणि अन्य घटक शरीरात नैसर्गिक रीतीनं शोषले जातात आणि शरीराचं पोषण वाढवतात. कोणतंही सुपर फूड हे एकट्याने कोणताही आजार बरा करू शकत नसलं तरी ते आहाराचं पोषणमूल्य वाढवून आरोग्य सुधारण्याचं काम करू शकतात.

मान्यताप्राप्त सुपर फूड कोणती आहेत? ब्लूबेरीज आणि रासबेरीज, अकाई बेरी, डाळिंब, अक्रोड आणि बदाम, कोको, रताळी, ब्रोकोली, पालक तसंच स्पिरूलिना आणि केफिर यांसारखं समुद्री गवत, आलं, चहा आणि मध (प्रोएस्टोस, २०१८, सुपर फूड्स : रिसेन्ट डाटा ऑन देअर रोल इन द प्री-इव्हेन्टिव्ह ऑफ डिसिजेस).

आहारामध्ये या सुपर फूड्सचा समावेश केल्यामुळे आपल्या आहारातल्या पोषक तत्त्वांची संख्या वाढवून आपण आपला आहार सुधारू शकतो. हे घटक आहारात सामावून जातात आणि त्यांच्यात असलेल्या अँटीऑक्सिडंट्सचे, जीवनसत्त्वांचे विशेष फायदे आपल्याला होतात.

त्याबरोबरच शेकडो प्रकारची सप्लिमेंट्स अर्थात पूरक आहार किंवा पोषक घटक पदार्थ उपलब्ध आहेत. काही लोक विशिष्ट पदार्थांसाठी किंवा ब्रँडसाठी आग्रही असतात आणि बायोहॅकर्सकडे त्यांचे आपापले आवडते पर्याय किंवा विशेष पूरक पदार्थ (सप्लिमेंट्स) असतात आणि ते

विशिष्ट उद्देश साध्य करण्यासाठी असतात. पण सप्लिमेंट्सची वास्तविकता काय आहे?

सप्लिमेंट्स परिपूर्ण नसतात आणि स्वत:हून आरोग्यासंबंधी कोणत्याही समस्या सोडवण्यासाठी सक्षम नसतात. पण जर तुमच्या आहारात तुमच्या शरीराला आवश्यक असलेल्या विशिष्ट तत्त्वांची आणि घटकांची कमतरता जाणवत असेल तर सप्लिमेंट्समुळे ती कमतरता भरून काढण्यासाठी आणि उत्तम आरोग्याचं ध्येय साधण्यासाठी मदत होऊ शकते.

पूरक आहार या संकल्पनेच्या आधुनिक अर्थानुसार असं सांगितलं जातं की, त्यातले घटक स्वास्थ्यवर्धक आहारासाठी पूरक असतात; पण केवळ ते घटक म्हणजे तुम्हाला आवश्यक असलेला परिपूर्ण आहार नसतो. असा पूरक आहार अनेकविध चवी, विविध मिश्रणं आणि गोळ्या, पेयं, चूर्ण अशा वेगवेगळ्या स्वरूपांत उपलब्ध असतात.

जास्त आश्वासनं देणाऱ्या पूरक आहारापासून सावध राहणं महत्त्वाचं आहे. जर एखादी गोष्ट तुम्हाला भरपूर ऊर्जा देणारी, तुमचं आरोग्य सुधारणारी आणि अन्य बरंच काही करू शकणारा एक नवीन चमत्कारिक उपचार म्हणून सादर केली जात असेल आणि विकली जात असेल तर ती उपयुक्त पर्याय असण्याऐवजी केवळ एक फॅड असण्याची, फसवणूक असण्याची शक्यता असते. विशेषत: अशी जी उत्पादनं संशयास्पद वाटतात किंवा ज्यांची निर्मिती विश्वासार्ह कंपनीने केलेली नाही, अशांपासून सावध रहा.

सप्लिमेंट्सचं अर्थात पूरक आहाराचं नियंत्रण एफडीएसारख्या अधिकृत यंत्रणेद्वारे केलं जात नसल्याने सप्लिमेंट्समुळे काही गंभीर नुकसान झालं तरच त्यात हस्तक्षेप केला जातो. विविध झाडपाल्यांच्या, वनस्पतिजन्य औषधांच्या किंवा रसायनांच्या ऐवजी विश्वसनीय ब्रँड्स आणि ज्ञात असलेल्या जीवनसत्त्वांचा आणि पोषक घटकांचा वापर करण्यावर ठाम राहायला हवं. कारण काही गोळ्या कुचकामी ठरू शकतात, तर काही हानिकारकही होऊ शकतात. जर तुम्ही काही औषधं घेत असाल तर त्यातले सर्व घटक तपासून घेणं आवश्यक आहे. कारण अगदी नैसर्गिक असलेल्या औषधी वनस्पतीसुद्धा तुमच्या अन्य उपचारांच्या परीणामांमध्ये व्यत्यय आणू शकतात. उदाहरणार्थ, नव्या शैलीतल्या अनेक सप्लिमेंट्स

आणि स्वास्थ्यवर्धक पेयांमधला खास वैशिष्ट्य ठरलेला ॲक्टिव्हेटेड चारकोल हा घटक कोणत्याही औषध उपचाराला निष्क्रिय ठरवू शकतो (वेबएमडी, २०२१, ॲक्टिव्हेटेड चारकोल).

काही सप्लिमेंट्स खरोखरीच चांगली असतात आणि त्यांची उपयुक्तता सिद्ध झालेली असते. बी-१२ मज्जातंतूंचं कार्य सुधारू शकतं, गर्भधारणेच्या काळात बहुतेकदा फॉलिक ॲसिड घेतलं जातं आणि साधारणपणे लोकांमध्ये डी व्हिटॅमिनची कमतरता असते. अशा अन्य गोष्टींबरोबरच माशाचं तेल आणि ओमेगा सप्लिमेंट्सही उत्तम मानली जातात आणि मोठ्या प्रमाणावर घेतली जातात. शारीरिक आरोग्यामध्ये काही विशिष्ट कमतरता किंवा समस्या असतील तर यातली काही सप्लिमेंट्स सुचवली जाऊ शकतात; पण अन्य अनेक सप्लिमेंट्ससाठी पुरेसं वैज्ञानिक प्रमाण सिद्ध झालेलं नाही. विशेषत: मल्टीव्हिटॅमिनचे जे फायदे सांगितले जातात त्यावर अनेक प्रश्न उपस्थित केले जातात आणि जे लोक दीर्घ काळापासून वैविध्यपूर्ण आणि परिपूर्ण आहार घेत असतात त्यांच्या बाबतीत हे प्रश्न प्रामुख्याने येतात (द युनिव्हर्सिटी ऑफ उटाह, २०२०, डू दोज सप्लिमेंट ॲक्च्युअली वर्क?). सप्लिमेंट्स रोग बरे करत नाहीत आणि दीर्घायुष्यही देत नाहीत हे वास्तव आहे; पण त्यांच्यामुळे अल्प काळामध्ये आरोग्य सुधारण्यासाठी आणि ऊर्जा वाढवण्यासाठी मदत होते, हे नक्की.

सप्लिमेंट्स नेहमीच सुरक्षित असतात असं नाही. जोपर्यंत तुम्ही ठरवून दिलेल्या मात्रेपेक्षा जास्त प्रमाणात सप्लिमेंट्स घेत नाही तोपर्यंत बरीचशी सप्लिमेंट्स हानिकारक ठरत नाहीत आणि ती आरोग्यासाठी काहीही धोका निर्माण करत नाहीत. यकृत विकारासारख्या विकारांनी दीर्घ काल आजारी असलेले, काही औषधोपचार घेत असलेले आणि गर्भवती स्त्रिया यांनी सप्लिमेंट्स निवडताना सावधगिरी बाळगली पाहिजे. सर्व सप्लिमेंट्सच्या जाहिरातींमध्ये सांगितलेल्या सगळ्याच गोष्टी प्रत्यक्षात येत नाहीत, विशेषत: त्यांच्या प्रभावीपणाविषयी केलेले अतिरेकी दावे बघता हे लक्षात घ्यायला हवं. हानिकारक ठरलेल्या सप्लिमेंट्सच्या उदाहरणांमध्ये सेंट जॉन्स वॉर्टचा समावेश आहे. या सप्लिमेंटमुळे निराशेवरच्या औषधांचा आणि गर्भनिरोधक औषधांचा परिणाम कमी होतो. गिंगको हे सप्लिमेंट रक्त पातळ करू शकते. तर त्याउलट व्हिटॅमिन के रक्त पातळ होण्याच्या औषधांचा परिणाम कमी करू शकते. कावासारखे काही वनस्पतिजन्य

सप्लिमेंट्स यकृताचं आरोग्य बिघडवू शकतात (पेन मेडिसिन, २०२०, द ट्रुथ अबाउट सप्लिमेंट्स : ५ थिंग्ज यू शुड नो). केवळ फॅशन म्हणून घेतल्या जाणाऱ्या सप्लिमेंट्सविषयीही सावध राहणं आवश्यक आहे. कारण बरेचदा त्यांची सुरक्षितता आणि परिणामकारकता यांबद्दल पुरेसं संशोधन केलेलं नसतं. त्यामुळे भविष्यात एखाद्यावर त्या सप्लिमेंट्सचा हानिकारक परिणाम होण्याची शक्यता असते. म्हणूनच सप्लिमेंट घेण्यापूर्वी त्याविषयी खूप संशोधन करणं आवश्यक असतं. पण कितीही संशोधन केलं तरी एक गोष्ट नक्की आहे, ती म्हणजे उत्तम आहाराला सप्लिमेंट्स हा पर्याय असू शकत नाही. त्यांचा वापर आहाराला आधार म्हणून करायला हवा, मुख्य उपाय म्हणून नाही (पेन मेडिसिन, २०२०, द ट्रुथ अबाउट सप्लिमेंट्स : ५ थिंग्ज यू शुड नो). प्रत्येक व्हिटॅमिन/जीवनसत्त्व विचारात घेऊन आपल्या पोषणाची गरज आपल्या आहारातून पूर्ण होते आहे का, हे जाणून घेणं महत्त्वाचं आहे. यासाठी डॉक्टरांच्या आणि काही तपासण्यांच्या मदतीनं आपण आपल्यासाठी सर्वांत चांगलं सप्लिमेंट निश्चित करू शकतो.

व्यापक परिणाम साध्य करणारं मल्टीव्हिटॅमिन हा एक योग्य पर्याय ठरू शकतो. कारण त्यामुळे नुकसान होण्याची शक्यता कमी असते. त्या सप्लिमेंट्सचा परीणाम किती होतो ते पहा- सप्लिमेंट घेत असताना, सप्लिमेंट घेण्यापूर्वी आणि ते घेणं थांबवल्यावर आपल्याला कसं वाटतं त्याची नोंद करा. काही सप्लिमेंट्सचा परिणाम केवळ आभासी (प्लेसिबो) असू शकतो. पण अशा प्रकारे नोंद ठेवल्यामुळे आपण त्या सप्लिमेंटच्या प्रत्येक आश्वासनावर अतिरिक्त विश्वास ठेवत नाही याची खात्री होते.

मग सुरक्षित असलेली आणि साधारणपणे आपल्यासाठी उपयुक्त ठरतील अशी काही सप्लिमेंट्स आहेत का?

व्हिटॅमिन डी हे कर्करोगाची शक्यता कमी करतं आणि एकूणच जळजळ होणं थांबवतं. त्याबरोबरच शक्ती वाढवून दौर्बल्य कमी करतं (झांग आणि अन्य लेखक, २०१९, असोसिएशन बिटवीन व्हिटॅमिन डी सप्लिमेंटेशन अँड मॉर्टलिटी : सिस्टिमॅटिक रिव्ह्यू अँड मेटा-ॲनालिसिस; हाफन, फान अँड टेटा, २०१५, व्हिटॅमिन डी : अ रिव्ह्यू ऑन इट्स इफेक्ट्स ऑन मसल स्ट्रेंथ, द रिस्क ऑफ फॉल अँड फ्रॅलिटी).

ओमेगा-३ सप्लिमेंटेशन हे हृदय आणि रक्तवाहिन्यांचं कार्य उत्तम राखण्यासाठी आणि त्यांचं आरोग्य सुधारण्यासाठी उपयुक्त आहे (खान आणि अन्य लेखक, २०२१, इफेक्ट ऑफ ओमेगा-३ फॅटी ॲसिड्स ऑन कार्डिओव्हस्क्युलर आउटकम्स : अ सिस्टिमॅटिक रिव्ह्यू ॲंड मेटा-ॲनालिसिस).

आणि फारशी चांगली नसलेलीही काही सप्लिमेंट्स आहेत का?

सेलेनिअम आणि व्हिटॅमिन ईसंबंधी केलेल्या संशोधनात्मक अभ्यासामध्ये त्यांचा कोणताही फायदा आढळून आला नाही, तर ही सप्लिमेंट्स घेणाऱ्या पुरुषांमध्ये प्रोस्टेट कर्करोगाचं प्रमाण वाढलेलं दिसून आलं (एनआयएच, २०१५, सेलेनिअम ॲंड व्हिटॅमिन ई कॅंसर प्रिव्हेन्शन ट्रायल (SELECT): क्वेश्चन्स ॲंड आन्सर्स). बीटा-कॅरोटीन आणि व्हिटॅमीन ए यांमुळेदेखील कर्करोगाचा धोका वाढू शकतो (गुडमन आणि अन्य लेखक, २००४, द बीटा-कॅरोटीन ॲंड रेटिनॉल एफिकसी ट्रायल : इन्सिडन्स ऑफ लंग कॅंसर ॲंड कार्डिओव्हस्क्युलर डिसिजेस मॉर्टालिटी ड्युरींग ६ इअर फॉलोअप आफ्टर स्टॉपिंग बीटा-कॅरोटीन ॲंड रेटिनॉल सप्लिमेंट्स).

काही ठोस अनुभवजन्य पुराव्यांसह आपलं आरोग्य सुधारण्यासाठी आपण वापरू शकतो असा एक विशिष्ट प्रकारचा आधारभूत घटक म्हणजे प्रो-बायोटिक्स आणि प्री-बायोटिक्स.

तुमचे आतडे – प्रो-बायोटिक्स आणि प्री-बायोटिक्स वापरणारे

अखेरीस आपण आपल्याला बरंच आश्वस्त करणाऱ्या अशा संशोधन क्षेत्राकडे वळू या. मानवी आतड्याला 'मानवाचा दुसरा मेंदू' असं म्हटलं गेलं आहे. आता शास्त्रज्ञ असा दावा करत आहेत की, शरीराच्या प्रतिकारशक्ती, आपली मन:स्थिती एवढंच नाही तर आपल्या सामाजिक वर्तनाचं मूळही आपल्या मेंदूत नाही तर आतड्यात आहे, जिथे अब्जावधी सूक्ष्मजीव एकमेकांसह आणि तुमच्यासह मिळून जगत असतात. हौशी बायोहॅकर्ससाठी लक्ष केंद्रित करण्याचं हे एक नैसर्गिक स्थान आहे.

तुम्ही ॲंटीबायोटिक्सविषयी नक्कीच ऐकलं असेल- नको असलेले सूक्ष्म जीव शरीरातून नष्ट करणारं औषध. प्रो-बायोटिक्स हा असा उपाय आहे

जो आपल्या शरीरात, विशेषत: आतड्यात आणि आपल्या आतड्यातील बायोममध्ये म्हणजेच सूक्ष्म जीवांमध्ये सुधारणा करण्यासाठी नवीन जीवाणू पुरवतात. प्री-बायोटिक्स हे आपल्यातील उपयुक्त जीवाणूंसाठी अन्न म्हणून काम करतात.

गेल्या काही वर्षांमध्ये आतड्याच्या बायोमचं महत्त्व मोठ्या प्रमाणावर जाणून घेतलं जात आहे. आपल्याला माहीत आहे की, आपलं आतडं हे अनेक प्रकारच्या पेशींचं आणि छोट्या जीवांचं आश्रयस्थान आहे. तिथे १०० अब्जांपेक्षा जास्त सूक्ष्म जीव असतात आणि ते आपल्या शरीरासाठी महत्त्वाचं कार्य करत असतात. विशेषत: ते काही विशिष्ट प्रकारची प्रथिनं तयार करू शकतात. आपली ग्लुकोज धारण क्षमता सुधारू शकतात. पचनास मदत करतात आणि आपली रोगप्रतिकारक शक्तीही सुधारतात. आतड्यातील सूक्ष्म जीवांची काही कार्ये अजूनही आपल्याला समजलेली नसली तरी ते अनेक महत्त्वाची कार्ये करत असतात. आतड्याची परीसंस्था अतिशय गुंतागुंतीची असते आणि त्यामध्ये विविध प्रकारच्या अब्जावधी सूक्ष्म जीवांचा समावेश असतो, जे आपल्या दैनंदिन जीवनात महत्त्वाची भूमिका बजावत असतात (पेल्टन, एन.डी., बायोहॅकिंग युअर मायक्रोबायोम).

आपल्या आतड्यातील मायक्रोबायोम अर्थात सूक्ष्म जीव अनेक शारीरिक प्रक्रियांमध्ये आवश्यक असतात. तंतूंसारखे अन्नाचे न पचणारे भाग आंबवण्यसाठी ते काम करतात आणि त्यामुळे फॅटी ॲसिड आणि वायू तयार करणारे विशेष सूक्ष्म जीव वाढू शकतात. अशा प्रकारे हे सूक्ष्म जीव आपल्या आरोग्याशी थेट संबंधित असतात. स्वास्थ्यपूरक बायोममुळे एथेरोस्क्लेरोसिस, हृदय आणि रक्तवाहिन्यांसंबंधी समस्या तसंच टाइप २ मधुमेहाचा धोकाही कमी होऊ शकतो (वाल्डेस, वॉल्टर, सेगल अँड स्पेक्टर, २०१८, रोल ऑफ द गट मायक्रोबायोटा इन न्युट्रिशन अँड हेल्थ).

आपल्या लठ्ठपणामध्ये आपल्या आतड्यातील सूक्ष्म जीवांची भूमिका अतिशय महत्त्वाची असते. कारण अनेक संशोधनांमध्ये असं दिसून आलं आहे की, ज्या व्यक्तींचं वजन जास्त असतं त्यांच्या आतड्यांमध्ये सूक्ष्म जीवांचं वैविध्य कमी असतं. चरबीयुक्त लठ्ठ उंदरांमधले सूक्ष्म जीव चरबी नसलेल्या बारीक उंदरांमध्ये घातले तर त्या बारीक उंदरांचं वजन वाढण्याची शक्यता असते (वाल्डेस, वॉल्टर, सेगल अँड स्पेक्टर, २०१८, रोल ऑफ द गट मायक्रोबायोटा इन न्युट्रिशन अँड हेल्थ).

सूक्ष्म जीवांचं वैविध्य कमी असल्यामुळे आतड्याचा दाह होण्याचे आजार, सोरायटिक संधिवात, टाइप १ मधुमेह, एटोपिक एक्झिमा, सेलिआक रोग आणि धमनीच्या कडकपणासारख्या शारीरिक समस्या उद्भवू शकतात. सूक्ष्म जीवांच्या वैविध्याचा अभाव या सर्वच रोगांना कारणीभूत ठरत नसला, तरी त्याचा संबंध एकूण आरोग्य आणि आतड्यातील सूक्ष्म जीवांचं स्वास्थ्यपूरक प्रमाण यांच्यात जवळचा संबंध दिसून येतो (वाल्डेस, वॉल्टर, सेगल अँड स्पेक्टर, २०१८, रोल ऑफ द गट मायक्रोबायोटा इन न्युट्रिशन अँड हेल्थ).

ज्या व्यक्तीच्या आतड्यात सूक्ष्म जीवांचं वैविध्य अपेक्षित प्रमाणात नाही किंवा जिला संसर्गासारख्या काही शारीरिक समस्या आहेत, तिच्या शरीरात स्वस्थ व्यक्तीच्या शरीरातील सूक्ष्म जीव स्थापित करणे ही कल्पना अगदीच योग्य आहे (वाल्डेस, वॉल्टर, सेगल अँड स्पेक्टर, २०१८, रोल ऑफ द गट मायक्रोबायोटा इन न्युट्रिशन अँड हेल्थ).

आतड्यातील सूक्ष्म जीवांवर आपण खात असलेल्या विविध प्रकारच्या अन्नांचा आणि खानपान पद्धतींचा परीणाम होत असतो. उदाहरणार्थ, या सूक्ष्म जीवांवर सुक्रालोजसारख्या साखरेसाठीच्या पर्यायाचा नकारात्मक परिणाम होतो (वाल्डेस, वॉल्टर, सेगल अँड स्पेक्टर, २०१८, रोल ऑफ द गट मायक्रोबायोटा इन न्युट्रिशन अँड हेल्थ). आतड्यातील सूक्ष्मजीवांविषयीचं आपलं ज्ञान अजूनही सीमित आहे आणि अधिकाधिक संशोधक या विषयात रुची घेत असल्याने दरवर्षी अधिकाधिक माहितीही पुढे येत आहे.

या सगळ्याचा अर्थ म्हणजे आपल्या आतड्यामध्ये जर अधिक स्वास्थ्यपूरक आणि सहायक सूक्ष्म जीव असतील आणि ते आतड्याचं कार्य चांगल्या प्रकारे चालण्यासाठी प्रेरक ठरत असतील तर आपल्या आरोग्यामध्ये लक्षणीय सुधारणा होईल आणि त्याचबरोबर आपल्या शरीर स्वास्थ्यामध्ये सर्वार्थानं सकारात्मक परीणाम दिसून येतील. प्रो-बायोटिक्स आणि प्री-बायोटिक्स म्हणजे काय ते पाहू.

प्रो-बायोटिक ही संकल्पना म्हणजे ग्रहणकर्त्याचं स्वास्थ्य सुधारण्यासाठी सहायक ठरतील असे जिवंत सूक्ष्म जीव किंवा असलेली सप्लिमेंट्स. प्रो-बायोटिक्स म्हणजे मूलतः चांगल्या जिवंत सूक्ष्म जीवांचे समूह, ज्यांचं

सेवन करून ते आपण आपल्या शरीरातील सूक्ष्म जीव परिसंस्थेमध्ये समाविष्ट करू शकतो. उदाहरणार्थ, जे लोक अँटीबायोटिक्स घेत असतात त्यांना त्यांच्या आतड्यातील चांगले सूक्ष्म जीव पुन्हा नव्याने स्थापित करण्याची आवश्यकता भासू शकते कारण त्यांनी घेतलेल्या औषधांमुळे त्यांच्या शरीरातल्या हानिकारक सूक्ष्म जीवांबरोबरच सहायक सूक्ष्म जीवही नष्ट झालेले असू शकतात (केचागिया बसोलुईस, कोनस्टान्टोपाऊलू, दिमित्रियादी, गिफ्तोपावलो, स्कार्माऊत्सू अँड फाकीरी, २०१३, हेल्थ बेनिफिट्स ऑफ प्रो-बायोटिक्स : अ रिव्ह्यू).

याउलट, प्री-बायोटिक हा एक चांगला पूरक आहार किंवा असा अन्नपदार्थ असतो जो सूक्ष्म जीवांना दिला जातो आणि त्यामुळे सूक्ष्म जीवांच्या विशिष्ट वाढीला किंवा त्यांच्या कार्याला उत्तेजन मिळतं. प्री-बायोटिक्स हे आपल्या आतड्यांद्वारे शोषलं जात नाही, तर सूक्ष्म जीवांद्वारे त्याची प्रक्रिया केली जाते. सोप्या शब्दांत सांगायचं तर, ज्याला आपण फायबर/तंतुमय समजतो ते सर्व प्री-बायोटिक्समध्ये समाविष्ट होतं (आणि हो, फायबरचे अनेक प्रकार आहेत). आपण त्यांना आपल्या आतड्यातल्या सूक्ष्म जीवांसाठी एक प्रकारचं अन्न समजू शकतो, जे त्या सूक्ष्म जीवांच्या कार्याला उत्तेजन देत असतं. म्हणजेच आपण त्यांना खायला घालून जगवतो आणि ते आपल्याला आपण खाल्लेलं अन्न पचवण्यासाठी मदत करतात. उदाहरणार्थ, विशिष्ट हार्मोन्स आणि न्यूरोट्रान्समीटरचं उत्पादन नियंत्रित करतात (केचागिया बसोलुईस, कोनस्टान्टोपाऊलू, दिमित्रियादी, गिफ्तोपावलो, स्कार्माऊत्सू अँड फाकीरी, २०१३, हेल्थ बेनिफिट्स ऑफ प्रो-बायोटिक्स : अ रिव्ह्यू).

लॅक्टोकोकस आणि बिफिडोबॅक्टेरिअम अशा काही सामान्य प्रकारच्या प्रो-बायोटिक्समध्ये लॅक्टिक ॲसिड सूक्ष्म जीव समाविष्ट असतात. ते बहुतेकदा दुधजन्य पदार्थांमध्ये समाविष्ट असतात आणि आपल्या आतड्याच्या आरोग्यासाठी खूप चांगले असतात (केचागिया बसोलुईस, कोनस्टान्टोपाऊलू, दिमित्रियादी, गिफ्तोपावलो, स्कार्माऊत्सू अँड फाकीरी, २०१३, हेल्थ बेनिफिट्स ऑफ प्रो-बायोटिक्स : अ रिव्ह्यू).

आपल्या दैनंदिन आहारामध्ये पोषणाच्या दृष्टीने प्रो-बायोटिक्सचा समावेश महत्त्वाचा आहे आणि त्यामुळे त्यांचा आपल्याला उत्तम आरोग्यासाठी

फायदा होतो. आरोग्याच्या काही समस्या टाळण्यासाठी आणि अन्य काही समस्या सुधारण्यासाठी प्रो-बायोटिक्सचे काही सकारात्मक परिणाम दिसून येतात. विशेषत: लॅक्टोसमुळे होणारा त्रास, अँटीबायोटिक्समुळे होणारा त्रास, डायरिया, अॅलर्जी इत्यादी गोष्टींसाठी प्रो-बायोटिक्सचा उपयोग होऊ शकतो. प्रो-बायोटिक्स मोठ्या प्रमाणात सप्लिमेंट्स म्हणून तर उपलब्ध आहेतच, पण दह्यासारख्या अनेक दुग्धजन्य उत्पादनांमध्येही असल्यामुळे त्यांचा पुरवठा करणं आणि वापर करणं सोपं जातं. प्रो-बायोटिक्ससाठी काही अनुभवजन्य आधारही आहेत. त्यावरून असं लक्षात येतं की, दररोज प्रो-बायोटिक्सचा एक डोस घेतला तर आपलं आरोग्य सुधारण्यासाठी त्याची मदत होते. सप्लिमेंट्स आणि दुग्धजन्य पदार्थांसारखे प्रो-बायोटिक्सनं समृद्ध असलेले अन्न पदार्थ सहज उपलब्ध होतात आणि आतड्यातील सूक्ष्म जीवांचे समूह विकसित करण्यासाठी त्यांची मोठी मदत होते (केचागिया बसोलुईस, कोनस्टान्टोपाऊलू, दिमित्रियादी, गिफ्तोपावलो, स्कार्माऊत्सू अँड फाकीरी, २०१३, हेल्थ बेनिफिट्स ऑफ प्रो-बायोटिक्स : अ रिव्ह्यू).

या नियमाला काही अपवाद आहेत का? हो. साधारणपणे सूक्ष्म जंतूंचा सक्रिय संसर्ग झालेल्या व्यक्तीने प्रो-बायोटिक्सचं सेवन करू नये. त्याप्रमाणेच, अँटीबायोटिक्स घेत असतानाही प्रो-बायोटिक्स घेणं योग्य नाही. उपचार पूर्ण होईपर्यंत थांबून नंतर आपल्या आतड्यातील सूक्ष्म जीवांचा पुनर्संचय करण्यासाठी प्रो-बायोटिक्सचा वापर करू शकता. जर तुम्ही पूरक आहार म्हणून प्रो-बायोटिक्स घेत असाल तर विश्वसनीय ब्रँड निवडा.

प्री-बायोटिक्स हे अन्नघटक असतात आणि ते शरीरातील फायदेशीर सूक्ष्म जीवांची वाढ करतात. थोडक्यात, ते मानवाला पचत नाहीत, पण शरीरांतर्गत सूक्ष्म जीवांसाठी चांगले असतात आणि त्यांचं पाचन न होताच ते कोलनपर्यंत येऊन पोहोचतात. प्री-बायोटिक्स प्रामुख्याने अन्नातून आणि विशेषत: आंबवलेल्या पदार्थांमधून तसंच लसूण, कांदे, जिकामा, दही, केफिर, सॉकरक्रॉट इत्यादींमधून येतात (पेल्टन, एन.डी., बायोहॅकिंग युअर मायक्रोबायोम).

काही प्री-बायोटिक्स ऑलिगोसॅकराइड्स असतात, जे गाजर, रताळी, स्क्वॅश आणि समुद्री गवत एस्परॅगस यांसारख्या कार्बयुक्त पदार्थांमध्ये आढळतात. निसर्गत:च ते केळी किंवा केळीचं पीठ आणि कच्च्या बटाट्याच्या स्टार्चमध्येही असू शकतात (पेल्टन, एन.डी., बायोहॅकिंग युअर मायक्रोबायोम).

आपल्या आहारामध्ये प्री-बायोटिक्स असलेले पदार्थ समाविष्ट करणं चांगलं असतं आणि ते आपल्या आतड्यातील सूक्ष्म जीवांना कार्यान्वित होण्यासाठी उत्तेजन देऊ शकतात. त्यासाठी चांगला उपाय म्हणजे दररोज आपल्या आहारामध्ये आपल्याला आवडीनं खाता येईल असा निदान एक तरी पदार्थ प्री-बायोटिक्सयुक्त असावा. त्याबरोबरच आतड्यातील सूक्ष्म जीवांना आधार देण्यासाठी आवश्यक असलेलं फायबर/तंतुमय घटक आणि प्री-बायोटिक्स त्यांना पुरवण्यासाठी आपली थाळी विविध फळं, भाज्या आणि संपूर्ण धान्यांच्या वैविध्यपूर्ण पदार्थांनी समृद्ध करणं ही योग्य पद्धती आहे. प्रो-बायोटिक्स आणि प्री-बायोटिक्स एकमेकांसाठी पूरक असतात आणि त्याद्वारे आपल्या आरोग्यासाठी अधिकाधिक फायदे मिळू शकतात.

प्रो-बायोटिक्स आणि प्री-बायोटिक्स यांचं सेवन करणं हे तुलनेनं सोपं आहे. कारण ते विविध भाज्या, फळं, आंबवलेले पदार्थ आणि दुग्धजन्य उत्पादनं अशा अनेक पदार्थांमध्ये समाविष्ट असतात. त्यासाठी सप्लिमेंट्सही असतात आणि ती वेगवेगळ्या पॅकेजेसमध्ये आणि स्वरूपांमध्ये उपलब्ध होतात. प्रो-बायोटिक्स आणि प्री-बायोटिक्स या दोन्ही घटकांच्या सेवनाचे लाभ सांगण्यासाठी ठोस पुराव्याचा आधार आहे (मार्कोविक अँड स्लिझुस्का, २०१७, इफेक्ट्स ऑफ प्रो-बायोटिक्स, प्री-बायोटिक्स अँड सिनबायोटिक्स ऑन ह्यूमन हेल्थ).

सारांश :

- पोषण विज्ञानात सातत्यानं प्रगती होत असली आणि त्यात बदल होत असले तरी, आपल्याला हे नक्कीच माहीत आहे की, उत्तम जीवनासाठी उत्तम प्रतीचं अन्न आवश्यक असतं आणि असा आदर्श मानवी आहार प्रामुख्याने मायकेल पोलनच्या पोषण नियमांवर आधारित असतो : 'नैसर्गिक अन्न सेवन करा. अत्यधिक आहार नको. आहारात वनस्पतींचं प्रमाण अत्यधिक राखा.'
- लवचिकता महत्त्वाची आहे : कठोर नियम कायम टिकत नाहीत.
- आहारासंबंधी अगणित प्रकारची तत्त्वज्ञानं सांगितली जातात. उदाहरणार्थ, भूमध्य आहार (वनस्पतींचं प्रमाण अधिक, मांसाचं प्रमाण कमी, पण ऑलिव्ह ऑइलचं प्रमाण मध्यम ते अधिक हे

वैशिष्ट्य). ओकीनावन आहार (चरबीचं प्रमाण कमी असलेलं मांस, मासे, प्रथिनं, पिष्टमय वनस्पती आणि स्वास्थ्यपूरक चरबी) आणि केटो आहार (कार्बचं प्रमाण कमी, प्रथिनांचं प्रमाण अत्यधिक आणि अत्यधिक चरबीयुक्त आहार ज्यामुळे शरीरामध्ये केटोजेनेसिस निर्मितीला प्रोत्साहन मिळतं).

- कोणताही एकच अन्नघटक उपचारासाठी चमत्कार सिद्ध होत नाही, पण ब्रोकोली आणि ब्लूबेरीजसारखी विशेष पोषण पुरवणारी काही विशिष्ट 'सुपर फूड्स' उपलब्ध आहेत.
- सगळी सप्लिमेंट्स एकसारख्या प्रकाराने तयार केली जात नसली आणि केवळ सप्लिमेंट हा स्वास्थ्यपूरक आहारासाठी पर्याय नसला, तरीही सप्लिमेंट्स ही आपल्या आहाराची पोषणमूल्य वाढवू शकतात. सप्लिमेंट्स ही एफडीए नियंत्रित नसल्यामुळे आपण कोणती सप्लिमेंट्स घ्यायची आहेत याचं संशोधन आपण स्वत:च करायचं आहे. स्वत:च्या आवश्यकतेनुसार आणि जीवनशैलीनुसार कोणते घटक आपण आपल्या पूरक आहारामध्ये समाविष्ट करावेत ते आपण स्वत:च ठरवणं योग्य असतं.
- प्रो-बायोटिक्स आणि प्री-बायोटिक्सच्या (विशेषत: ज्यावर प्रो-बायोटिक्स वाढतात ते तंतुमय अन्नघटक) वापरामुळे होणाऱ्या फायद्यांचे पुरावे वाढत आहेत.
- प्रो-बायोटिक्स हे शरीराच्या सर्व महत्त्वाच्या आतड्यांमधल्या छोटा जीव समूहांमधलं असंतुलन सुधारू शकतात, सूक्ष्म जीव समूहांचं स्वास्थ्य आपल्या शरीराच्या प्रत्येक भागावर दूरगामी परिणाम करत असतं, ज्यामध्ये आपलं वजन आणि आपलं एकंदरीत मानसिक आरोग्य यांचा समावेश आहे. हे सप्लिमेंटच्या स्वरूपात उपलब्ध असलं तरी केफीर, दही आणि किमची यांसारख्या आंबवलेल्या पदार्थांमधून प्रो-बायोटिक घटक नैसर्गिक रीतीनं आपल्या आहारात समाविष्ट करणं चांगलं. याबरोबरच भरपूर प्रमाणात तंतुमय वनस्पतींचं सेवन करणं आणि साखर, अल्कोहोल यांचं प्रमाण कमी करणं यामुळे आतड्यातील सूक्ष्म जीव समूहांमध्ये संतुलन राखणं शक्य होईल.

प्रकरण ४

आपल्या पोषणाला महत्त्व देणं

एकंदरीत 'पोषण' ही संकल्पना गुंतागुंतीची आहे. आपण विविध घटकांचं मिश्रण असलेलं आणि विविध पद्धतीनं आपल्या शरीरावर परिणाम करणारं अन्न खात असतो. आपली स्वत:ची आनुवंशिक रचना, आवडीनिवडी आणि परंपरा यांवर आपला आहार आणि आपल्यासाठी कोणते अन्नघटक योग्य आहेत हे ठरत असतं. जर तुम्ही 'पोषण' या संकल्पनेत अडकून बसलात तर पोषणाविषयीच्या अनेक मतमतांतरांचा आणि त्यातील बारीकसारीक तपशील समजून घेण्याचा ताण येऊ शकतो.

पण पोषण ही शरीरासाठीची एक गुंतागुंतीची प्रक्रिया असली, तरी आपण रोज जेव्हा काही तोंडात घालतो तेव्हा ती गुंतागुंत अनुभवण्याची गरज नाही. वास्तविक पाहता सर्वांत स्वास्थ्यपूरक आहार हा बहुतेकदा नैसर्गिक, सहज उपलब्ध होणारा आणि ताण जाणवू न देणारा असतो. आपलं पोषण आधुनिकतेनुसार सुधारण्यासाठी विचित्र पद्धती सांगणारी पुस्तकं आणि कृत्रिम सप्लिमेंट्सवर प्रचंड प्रमाणात पैसा खर्च करण्याची आवश्यकता नाही. काही सामान्य टिपाही तुम्हाला मूलभूत पद्धतीचा पोषक आहार तयार करण्यासाठी सहायक ठरू शकतात आणि खरोखरीच ते गुंतागुंतीचं नाही. उदाहरणार्थ, तुम्ही तुमच्या आहारात वनस्पतींचा समावेश मोठ्या प्रमाणावर करावा आणि काहीही खाल्लं तरीही ते

कमी प्रमाणात खावं. त्यासाठी रसायनशास्त्रात पीएच.डी. असण्याची आवश्यकता नाही!

एक चांगली टीप म्हणजे सप्लिमेंट्सविषयी सजगता असावी आणि ती वापरण्यापूर्वी, विशेषत: जर तुम्ही काही औषधोपचार घेत असाल किंवा तुम्हाला आरोग्यासंबंधी काही समस्या असतील तर डॉक्टरांचा सल्ला घ्यावा. सप्लिमेंट्स चांगल्या आहाराला पूरक म्हणून काम करतात आणि त्यात काही कमतरता असेल तर ती भरूनही काढतात. त्या कमतरता शोधून काढण्याचा सर्वांत सोपा मार्ग म्हणजे रक्तचाचणी करून घेणं. यातलं तत्त्व अगदी स्पष्ट आहे : या चाचण्यांद्वारे नक्की कशात कमतरता आहे ते शोधून काढून प्रथम त्यावर उपाय करून अधिकतम परिणाम साधणं. उदाहरणार्थ, जर दररोज तुमच्या आहारात फायबरचं प्रमाण आवश्यकतेपेक्षा कमी असेल तर सप्लिमेंट्समधून छोट्या पोषक घटकांचं किंवा अस्पष्ट खनिजांचं सेवन करून त्याचा काहीही फायदा होणार नाही. लोक आपल्या आहारात बारीकसारीक तपशील जपण्यासाठी वेड्यासारखे प्रयत्न करत असतात; पण खरं तर आपल्यापैकी बऱ्याच जणांना प्रथम काही अगदी सहज-सोप्या गोष्टी करूनही मोठा फायदा होऊ शकतो. आपलं ९५% आरोग्य आणि स्वास्थ्य हे साध्या साध्या (आणि कंटाळवाण्या वाटणाऱ्या) सवयी लावून घेतल्यामुळे प्राप्त करून घेता येतं. उदाहरणार्थ, पुरेशा प्रमाणात फळं आणि भाज्या खाणं, कॅलरीजचं प्रमाण अत्यल्प राखणं.

भूमध्य सागरीय किंवा ओकीनावन आहार हे आरोग्य उत्तम राखण्यासाठी आणि दीर्घायुष्यासाठी सर्वाधिक परीणामकारक ठरतात आणि त्यांच्यातला एक महत्त्वाचा गुण म्हणजे लवचिकता. तुम्ही या दोन्ही आहार पद्धतींमधल्या विशिष्ट तत्त्वांचं पालन करत नसलात तरी ती आपल्या आहारात सामावून घेण्याचा प्रयत्न करा. जसं आहारामध्ये भाज्या आणि वनस्पतिजन्य पदार्थ, कमी प्रक्रिया केलेलं मांस आणि स्वास्थ्यपूरक चरबी यांच प्रमाण भरपूर राखणं. आहार १००% परिपूर्ण करणं विसरून जा आणि त्याऐवजी निदान ८०% पूर्ण करण्याचं ध्येय ठेवा.

प्रत्येक अन्नपदार्थ पोषक असेलच असं नाही. त्यामुळे तुम्ही तुमच्या आहारामध्ये काही सुपर फूड्स समाविष्ट करू शकता आणि तसंही सुपर फूड्सचे बरेच प्रकार हे खरोखरीच स्वादिष्ट असतात. ब्लूबेरीज आणि आक्रोड यांसारखे काही प्रकार सहज उपलब्ध होतात, तर काही प्रकार

मिळवणं कठीण असू शकतं. अनेक प्रकारची सुपर फूड्स खाल्ल्यामुळे तुमच्यातलं व्हिटॅमिन्सचं आणि खनिजांचं सेवन वाढतं. त्याबरोबरच तुमच्या शरीरावरचा अँटीऑक्सिडंट परिणामही वाढतो.

सप्लिमेंट्सचा विचार करता व्हिटॅमिन डी आणि ओमेगा-३ ही सप्लिमेंट्स विशेष उपयोगी ठरतात. पण आपल्या आरोग्यासाठी मुळातच आपला आहार स्वास्थ्यपूरक असणं आवश्यक आहे.

वातावरणीय बदल (Nudges) आणि छोटा संकल्प यांवर प्रभुत्व मिळवणं :

प्रामाणिकपणे सांगा. तुम्ही इथे आतापर्यंत जी काही माहिती वाचली, त्यातली बरीचशी माहिती तुम्हाला आधीपासूनच होती, बरोबर? आणि तरीही त्यातल्या बऱ्याचशा गोष्टी तुम्ही तुमच्या दैनंदिन जीवनात अमलात आणलेल्या नसणार. काही वेळा आपलं आयुष्य उत्तम घडावं यासाठी नक्की काय करायला हवं ते आपल्याला माहीत असतं. आपण लवकर झोपायला हवं, आपला आहार चांगला असायला हवा, पैसा कमी खर्च करायला हवा किंवा व्यायाम करायला हवा, हे आपल्याला माहीत असतं. आपल्या समस्यांवरचे उपाय आपल्या अगदी जवळ असतात आणि तरीही आपण त्यांच्यापर्यंत पोहोचू शकत नाही.

त्यामुळेच रोज आपल्या शरीरांतर्गत क्रियांवर नियंत्रण राखण्यामध्ये आपल्या शारीरिक आणि मानसिक वर्तनातील बदलांचा सहभाग मोठा असतो. योग्य काय ते माहीत असणं आणि ते प्रत्यक्षात करणं या दोन अगदी वेगळ्या गोष्टी आहेत, हे तुम्ही जाणताच. थोडक्यात सांगायचं तर बदल हा तीन वेगवेगळ्या घटकांवर अवलंबून असतो : आपण बदलायला हवं हे माहीत असणं, कोणता बदल आवश्यक आहे ते माहीत असणं आणि मग तो बदल प्रत्यक्षात घडवून आणण्यासाठी कृती करणं. हे तिन्ही घटक साध्य झाले नाही तर आपला विकास हा केवळ एक इच्छा बनून राहील किंवा केवळ एक सिद्धान्त ठरेल.

सुदैवानं, अनेक छोटे छोटे बदल करून आणि स्वत:ला अपेक्षित सवयी लावून घेऊन आपण आपलं निवडलेलं ध्येय साध्य करू शकतो. अगदी छोट्या आणि साध्य करता येतील अशा बदलांवर आधारित

दोन प्रभावशाली उपायांची माहिती आपण घेणार आहोत : पर्यावरणीय महत्त्व आणि छोटा संकल्प. मागच्या भागात पोषणव्यवस्थेवर नियंत्रण मिळवण्यासाठी 'काय?' आणि 'का?' करायचं हे आपण जाणून घेतलं. आता या भागात ते 'कसं?' करायचं ते जाणून घेऊ.

वातावरणीय बदल (Nudge) सिद्धान्त ही वर्तणुकीय अर्थशास्त्रातली एक संकल्पना आहे. यात असं सांगितलं गेलं आहे की, लोकांना त्यांच्या वातावरणामध्ये छोटे छोटे बदल करायला लावून विशिष्ट निवड करता येण्याची शक्यता निर्माण करता येते. यात लोकांच्या निवडींवर बंधनं घातली जात नाहीत किंवा त्या रोखल्याही जात नाहीत. तरीही लोकांना विशिष्ट मार्गानं जाण्यासाठी अधिक प्रवृत्त केलं जात आहे. बाजारातील विक्रेते नेहमी असंच करत असतात. चेकआउट लेनजवळ कँडी बार असणं योग्य आहे असं तुम्हाला वाटतं का? आपण आपल्या दैनंदिन जीवनात विशेष प्रयत्न न करता 'नज'चा वापर करून चांगले निर्णय घेऊ शकतो. नजचा वापर चांगल्या प्रकारे केला गेला तर त्याद्वारे योग्य निवड करणं सहज शक्य होतं.

अर्थात, नज हे वातावरणातलं एक छोटं वैशिष्ट्य आहे आणि ते आपल्या वर्तनामध्ये सकारात्मक किंवा नकारात्मक मार्गानं बदल घडवू शकतं. म्हणजेच नजचा वापर वाईट उद्देशानंही केला जाऊ शकतो. पण जर तुम्ही हा सिद्धान्त स्वत:साठी वापरत असाल तर आधी तुम्ही एक योग्य ध्येय निवडायला हवं.

नज हे 'चॉइस आर्किटेक्चर'च्या (निवड रचना) संकल्पनेशी संबंधित आहे. याचा अर्थ- विशिष्ट निवडींना प्रोत्साहन देईल अशा वातावरणाची रचना (डिझाइन) करून त्याचं व्यवस्थापन करणं. रचनेचा प्रत्येक पैलू हा एक पर्याय असतो. उदाहरणार्थ, उपाहारगृहातल्या पदार्थांच्या यादीचा विचार करा : ज्या पद्धतीनं पदार्थ सादर केले जातात आणि त्यांचं व्यवस्थापन केलं जातं त्यामुळे ग्राहकांच्या निवडीवर परिणाम होऊ शकतो. जेव्हा तुम्ही एखाद्या दुकानात किंवा मॉलमध्ये फिरत असता तेव्हा तुम्ही खरं तर विविध निवडींमधून चालत असता, मग त्या निवडींची मांडणी चांगल्या प्रकारे केलेली असेल किंवा नसेल.

चॉइस आर्किटेक्चरमध्ये मुख्य सहा घटक असतात. पहिला घटक म्हणजे प्रोत्साहन. योग्य प्रोत्साहन व्यक्तीला विशिष्ट निवड करायला भाग पाडते. जर संबंधित उत्पादनाबरोबर एखादी भेटवस्तू मोफत मिळणार असेल

तर कदाचित तुम्ही तेच उत्पादन निवडाल. तुमच्या वैयक्तिक आयुष्यात तुम्ही स्वत:च स्वत:ला प्रोत्साहनपर काही देऊ शकता, जे मानसिक असू शकेल किंवा भौतिक गोष्टही असू शकेल.

दुसरा घटक म्हणजे मोजणी. प्रत्येक निवडीचे फायदे आणि तोटे तसंच त्यासाठी तुम्ही करत असलेले प्रत्यक्ष-अप्रत्यक्ष खर्च नीट समजून घेण्यासाठी त्याचा एक नकाशा तयार करा. उदाहरणार्थ, जर तुम्ही सॅलडऐवजी बर्गर मागवण्याचा निर्णय घेतला तर तुम्हाला हृदयाशी आणि रक्तवाहिन्यांशी संबंधित स्वास्थ्य बिघडण्याची किंवा अपचनाचे दुष्परिणाम भोगावे लागण्याची शक्यता असते. आपण केलेल्या निवडीशी संबंधित सर्व गोष्टींचा विचार करण्याची सवय लावून घ्या.

तिसरा घटक म्हणजे डिफॉल्ट. जेव्हा तुम्ही काहीही बदल करत नाही तेव्हा जे घडतं ते म्हणजे डिफॉल्ट. मग तुमचा डिफॉल्ट काय आहे? सॅलड की बर्गर? व्यायामासाठी बाहेर जाणं की घरात झोपून राहणं? तुम्हाला काय बदल करणं आवश्यक आहे ते समजून घ्या.

पुढचा घटक म्हणजे फीडबॅक. तुम्ही काय करत आहात आणि जे करत आहात त्याचा उपयोग होत आहे का हे समजून घेण्यासाठी फीडबॅकची मदत होते. आपण केलेली निवड चांगली होती हे तुम्हाला कसं समजेल? तुम्ही तुमची ध्येयं पूर्ण केली आहेत की नाही हे तुम्हाला कसं समजेल? (ग्रोनवेगेन, २०२१, नजिंग एक्सप्लेन्ड).

त्यानंतरचा घटक म्हणजे चुका होतील हे गृहीत धरावं. लोक चुका करतात, तुम्हीही कराल. गाडीवरून पडणं हे सामान्य आहे. पण तरीही वाईट निवड टाळण्य़ासाठी तुम्ही काय करू शकता आणि परिणामांशी सामना करण्यासाठी काय करू शकता, याचा विचार करा.

आणखी एक विचार म्हणजे गुंतागुंतीच्या निवडी सोप्या करायला हव्यात. कल्पना करा की, तुम्ही तुमची संध्याकाळ नेटफ्लिक्स पाहण्यात घालवण्याऐवजी काहीतरी उत्पादनशील काम करण्याचा निर्णय घेतला आहे. पण उत्पादनशील याचा अर्थ काय? घर स्वच्छ करावं का? की त्याऐवजी सर्जनशील होऊन आपल्या एखाद्या नव्या मोठ्या प्रोजेक्टवर काम करावं? ही निवड करणं गुंतागुंतीची होतं आणि मग आपण हे काहीच न करता केवळ बैठक मारून टीव्ही बघत बसतो. जेव्हा जेव्हा संध्याकाळी मोकळा

वेळ मिळेल तेव्हा कोणकोणत्या गोष्टी करायच्या हे जर तुम्ही ठरवून ठेवलं तर एकदाच आणि कायमसाठी निवड करणं शक्य होईल किंवा स्वतःचं कलासाहित्य बाहेर दिसेल असं काढून ठेवा म्हणजे तुम्ही पुन्हा नव्यानं कलानिर्मिती सुरू करू शकाल.

वातावरणीय बदल चमत्कार घडवत नाहीत, पण त्यांच्यामुळे तुम्हाला योग्य निवड करणं सोपं होऊ शकतं. बरेचदा आपल्या आसपासच्या वातावरणात एखादा करायला सोपा आणि कधीकधी एकदाच अमलात आणावा लागेल असा छोटासा बदल करावा लागतो.

आता आपण अशा काही गोष्टींचा विचार करू ज्या अधिक आणि उत्तम उत्पादनक्षमतेसाठी आणि निरोगी जीवनशैलीसाठी तुम्ही तुमच्या वातावरणात सहजतेनं समाविष्ट करू शकता.

स्वास्थ्यपूरक आहाराला प्रोत्साहन देणं :

पहिला बदल म्हणजे आरोग्यासाठी अपायकारक अन्नाची उपलब्धता कमी करावी. ते खरेदी करू नका. जर असं अन्न घरात असेल तर ते तुमच्या नजरेच्या आड ठेवा किंवा घरातल्या दैनंदिन वावरादरम्यान त्याकडे लक्ष जाणार नाही अशा ठिकाणी ठेवा. सगळ्यांत वरच्या शेल्फवर ठेवा किंवा अन्य वस्तूंच्या मागे ठेवा.

त्याऐवजी आरोग्यासाठी उत्तम असलेले खाद्यपदार्थ सहज घेता येतील अशा ठिकाणी ठेवा. झोपायच्या खोलीतून स्वयंपाकघराकडे जाण्याच्या मार्गात टेबलवर फळांनी सजवलेली थाळी किंवा सफरचंदांची परडी ठेवा. लगेच खाता येतील अशा गोष्टी ठेवण्याची काळजी घ्या. दररोज आवश्यक तितकं पाणी प्यायलं जावं म्हणून आपल्या कामाच्या ठिकाणी पाणी ठेवा किंवा सकाळ-संध्याकाळी तिथे पाण्याचा ग्लास भरून ठेवा, जेणेकरून तुम्ही सहजतेनं ते ग्लासभर पाणी पिऊ शकाल.

टेक आउट मेन्यू वापरणं बंद करा (तुम्ही जुन्या वळणाचे असाल तर) आणि तुमच्या फोनमधून अन्न वितरण करणारे ॲप्स काढून टाका. तुम्हाला हव्या असणाऱ्या फळांची आणि भाज्यांची यादी तयार ठेवा आणि तुम्ही जेव्हा जेव्हा खरेदीला जाता तेव्हा तेव्हा संपलेली फळं आणि भाज्या पुन्हा खरेदी करून भरून ठेवा.

सुपरमार्केटमध्ये खरेदी करताना जिथे तुम्हाला आवश्यकता नसलेल्या गोष्टी रचलेल्या असतील तिथे जाऊ नका. आपल्या खरेदीच्या यादीचं काटेकोरपणानं पालन करा आणि मोहात पाडणाऱ्या गोष्टींपासून स्वत:ला दूर ठेवा. रात्रीच्या जेवणानंतर किराणा खरेदीचं वेळापत्रक ठरवा. तुमच्या खरेदी यादीमध्ये भूमध्य सागरी आहारातील वस्तूंचा समावेश करा म्हणजे त्या आपोआपच खरेदी केल्या जातील.

आपलं ध्येय आणि ते पूर्ण होण्यात अडथळा निर्माण करणारे तुमच्या वातावरणातले घटक यांचा विचार करा. जर तुम्हाला चॉकलेट खाणं सोडून द्यायचं असेल तर चॉकलेट जवळ ठेवूच नका. म्हणजे ते लपवून ठेवा किंवा त्याऐवजी एखादा स्वास्थ्यपूरक खाद्यपदार्थ जवळ ठेवा.

व्यायाम :

व्यायाम केला जावा यासाठी आपलं व्यायामाचं साहित्य येता-जाता दिसेल अशा ठिकाणी ठेवा. त्यामुळे त्याकडे लक्ष वेधलं जाईल आणि ते वापरलंही जाईल. जर तुम्हाला वारंवार सोफ्यावर लोळण्याचा मोह होत असेल तर तिथे बसण्यापूर्वी सोफा आवरावा लागेल अशा गोष्टी त्यावर ठेवा. त्याहूनही चांगलं म्हणजे त्यावर तुमचं व्यायामाचं साहित्य ठेवा, म्हणजे तुम्हाला ते वापरावंसं वाटू शकेल.

दिवसभरामध्ये व्यायाम होईल अशा कृती समाविष्ट करा- उदाहरणार्थ, उद्वाहकाचा वापर करण्याऐवजी पायऱ्या चढून जा. तुम्ही जे करायचं ठरवलं आहे त्याबद्दल तुमच्या आसपासच्या लोकांना सांगून ठेवा म्हणजे जर तुम्ही ते केलं नाही तर लोक तुम्हाला त्याची आठवण करून देतील. आपल्या सहकाऱ्यांना, मित्रांना आणि कुटुंबातील सदस्यांना तुमच्यासोबत ते करण्यासाठी सामावून घ्या. त्यामुळे अशा कृतींमध्ये मजा येते आणि अधिक प्रेरणा मिळवण्यासाठी तुम्ही त्यात स्पर्धात्मक भावही निर्माण करू शकता. अशा व्यायामाच्या कृती करणं तुम्ही विसरलात तर इतर लोक तुम्हाला त्याविषयी आठवण करून देऊ शकतात.

तुमचं वातावरण तुमच्या व्यायामाचं ध्येय पूर्ण करण्यासाठी विशेष अनुकूल बनवणं हा यामागचा उद्देश आहे. त्यासाठी एक जागा, एक वेळ निश्चित करा आणि तिथे व्यायामाची आठवण करून देण्याऱ्या वस्तू ठेवा.

जिथे व्यायाम करणं सहज शक्य असल्यामुळे तो न करण्यापेक्षा, करणं सोपं होईल अशी परिस्थिति तयार करा.

नज सिद्धान्त बायोहॅकिंगसाठी लागू केल्यावर खाण्यापिण्याच्या, सप्लिमेंट्स घेण्याच्या, व्यायाम करण्याच्या किंवा विशिष्ट उपाय वापरण्यासंबंधी चांगल्या आणि स्वास्थ्यपूरक सवयी लावून घेण्यासाठी मदत होते. यामुळे शारीरिक स्तरावर आवश्यक बदल घडवण्यासाठी आणि तुमचं स्वास्थ्य सुधारण्यासाठी तुमचं वातावरण तुमच्यासाठी सहायक होऊ शकतं जे या प्रवासाच्या सुरुवातीला महत्त्वाचं आहे. तरीही तुम्ही साखरेच्या किंवा स्वास्थ्यासाठी हानिकारक उत्पादनांच्या मोहात पडत असाल किंवा एखाद्या आहार पद्धतीचं पालन करण्याच्या प्रयत्नांत असाल तर असं वातावरण तयार करा जे तुम्हाला योग्य निवड करण्यासाठी अनुकूल असेल आणि ज्यामुळे तुम्हाला आवश्यक असलेला बदल अधिक त्रास न होता, सहजतेनं घडून येईल.

छोटा संकल्प : मोठ्या परिणामांसाठी छोटे बदल

छोटा संकल्प ही संकल्पना कॅरोलीन अर्नोल्ड यांची आहे आणि त्यांच्यानुसार या संकल्पनेची व्याख्या, 'तत्काळ आणि लक्षणीय फायदे देणारे सीमित, विशिष्ट आणि मोजता येणारे बदल,' अशी आहे. यामध्ये मोठा फरक दर्शवणारे असे आपल्या वर्तनातले सहजतेनं अमलात आणता येतील असे छोटे, विशिष्ट बदल सांगितले जातात. हे तंत्र अचूकतेनं नेम साधण्याप्रमाणे विशिष्ट उद्देशावर लक्ष्यित आणि केंद्रित करून, ज्यात अधिक बदलाची आवश्यकता आहे अशा वर्तनात नेमके बदल घडवून आणतं (अर्नोल्ड, २०१४, स्मॉल मूव्ह, बिग चेंज : यूजिंग मायक्रो-रिझोल्युशन्स टू ट्रान्सफॉर्म युअर लाइफ परमनन्टली).

छोट्या संकल्पाची म्हणजे छोट्या ध्येयाची कल्पना काहीशी धक्कादायक वाटू शकते कारण बहुधा अशक्य ठरणारी मोठी ध्येयं निश्चित करण्याऐवजी इथे तत्काळ करता येतील आणि सहज साध्य होतील असे बदल केले जातात. जर तुम्ही ठरवलं की येत्या सोमवारपासून आपण आपली जीवनशैली बदलायची आणि मद्यपान, धूम्रपान किंवा पार्टी करणं सोडून द्यायचं, तर तुम्ही स्वतःला अपयशाकडे घेऊन जात आहात असं

समजा. कारण असा बदल खूप मोठा असतो आणि तुम्ही त्यासाठी तयार नसता. मोठ्या ध्येयाच्या तुलनेत छोटा संकल्प म्हणजे छोटी ध्येयं यशस्वी होण्याची शक्यता अधिक असते आणि ते निर्णय जरी छोटे असले तरी ते तुम्हाला यश देतात आणि अपेक्षित बदल दिसून येतात (अर्नोल्ड, २०१४, स्मॉल मूव्ह, बिग चेंज : यूजिंग मायक्रो-रिझोल्युशन्स टू ट्रान्सफॉर्म युअर लाइफ परमनन्टली).

अनेक लोक वजन घटवण्यासाठी नियंत्रित आहार घेण्याचा संकल्प करतात. पण त्यांच्यापैकी अनेक जण आहाराचे नियम पाळू शकत नाहीत आणि ध्येय साध्य करण्यात अपयशी ठरतात. पण 'छोटा संकल्प' मात्र तुम्हाला यश देतात. वजन कमी करण्याच्या बाबतीत, वजन वाढण्याचं किंवा स्वास्थ्यासाठी हानिकारक सवयींचं महत्त्वाचं कारण कोणतं ते तुम्ही शोधू शकता. कदाचित, तुम्ही रोज एक मोठा चॉकलेट बार खात असाल किंवा संध्याकाळी बिअर पीत असाल तर मोठ्या चॉकलेट बारऐवजी तुम्ही छोटं चॉकलेट खाणं आणि अर्धी बाटली बिअर पिणं असा बदल करू शकता. जर तुम्हाला टीव्ही बघताना काही खाण्याची सवय असेल तर लोणी लावलेल्या पॉपकॉर्न्सऐवजी तुम्ही कमी कॅलरीज असलेले पॉपकॉर्न्स खाऊ शकता. ज्यामुळे तुमची लालसा पूर्ण होईल, पण जे दीर्घ काळ तुमच्यासाठी योग्य असतील असे पर्याय शोधणं हा आपला उद्देश आहे (अर्नोल्ड, २०१४, स्मॉल मूव्ह, बिग चेंज : यूजिंग मायक्रो-रिझोल्युशन्स टू ट्रान्सफॉर्म युअर लाइफ परमनन्टली).

अशा वेळी पुन्हा कधीच चॉकलेट न खाण्याचा निर्णय योग्य ठरेल का? किंवा अतिरेक टाळून रोज चॉकलेट खाण्याऐवजी फक्त आठवड्याच्या शेवटी चॉकलेट खायचं असं ठरवलं तर? पण तुमच्यासाठी हे ध्येय पूर्ण करणं अशक्य ठरण्याची शक्यता अधिक आहे. चॉकलेटचं एक विशिष्ट कार्य असतं- कदाचित दिवसभराच्या कामानं दमल्यानंतर चॉकलेटच्या रूपानं तुम्हाला स्वत:ला काही गोड खाऊ घालायचं असेल. त्यामुळे चॉकलेट खाणं सोडलं तर तुम्हाला अस्वस्थ वाटेल आणि चॉकलेटची लालसा आणखी वाढेल. टीव्ही पाहताना काहीही खायचं नाही असं तुम्ही ठरवू शकता, पण त्यातला तुमचा आनंदच हरवून जाईल. जेव्हा तुम्ही एक सवय सोडता तेव्हा तिथे निर्माण झालेली रिकामी जागा भरून काढायची असते. तसं केलं नाही तर त्याचा परिणाम म्हणून बहुतेकदा आपल्याला

अपयश येतं आणि प्रेरणा गमावल्यामुळे आपण पुन्हा जुन्या सवयीकडे आकृष्ट होतो (अर्नोल्ड, २०१४, स्मॉल मूव्ह, बिग चेंज : यूजिंग मायक्रो-रिझोल्युशन्स टू ट्रान्सफॉर्म युअर लाइफ परमनन्टली).

पण छोटं ध्येय पूर्ण करणं सोपं असतं. चॉकलेट बारऐवजी तुम्ही पिशवीभर छोटे कँडी बार्स खरेदी करू शकता आणि त्याद्वारे तुम्ही घेत असलेल्या कॅलरीजचं प्रमाण अर्ध्याहूनही कमी करू शकता. तुम्हाला गोड खायला मिळत असतं आणि तुमची लालसाही पूर्ण होत असते; पण तरीही लक्षणीय परिणामही दिसत असतो (अर्नोल्ड, २०१४, स्मॉल मूव्ह, बिग चेंज : यूजिंग मायक्रो-रिझोल्युशन्स टू ट्रान्सफॉर्म युअर लाइफ परमनन्टली).

आपण हे जर बायोहॅकिंगशी जोडलं तर त्याचे परिणाम किती मोठे होतील याचा विचार करा. कदाचित, तुम्हाला कधीही कसल्याही गोळ्या घेण्याची सवय नसेल, पण आपल्या आहारामध्ये रोज मल्टीव्हिटॅमिनची एक गोळी समाविष्ट करणं हा एक छोटा संकल्प असू शकतो. हा बदल फार मोठा नसला तरी त्याचे फायदे तुम्हाला दिसू लागतील आणि त्यामुळे पूरक आहाराचं प्रमाण वाढवण्याची प्रेरणा तुम्हाला मिळू शकेल. किंवा त्याऐवजी तुम्हाला आवडेल असं एखादं सुपर फूड तुम्हाला मिळेल आणि तुम्ही ते तुमच्या न्याहारीमध्ये समाविष्ट करू शकाल. उदाहरणार्थ, सकाळी ओटमिल्सच्या बरोबर ब्लू बेरीज खाणं. हा बदल छोटा असला तरी त्याचे संभाव्य परिणाम मोठे आहेत.

छोटा संकल्प निश्चित करण्यासाठी काही प्रमाणात विचारपूर्वक नियोजन आवश्यक आहे. स्वतःच्या अशा सवयी शोधा ज्या बदलाच्या दृष्टीनं संवेदनशील आहेत, पण त्यांच्यात बदल केल्यावर मोठा परिणाम दिसण्याची शक्यता आहे.

ज्या गोष्टी तुम्ही वारंवार करत असता आणि ज्याचे दुष्परिणाम होण्याची शक्यता असते अशा गोष्टींना लक्ष्य करणं आवश्यक आहे. जर तुम्ही रोज ५०० कॅलरीज अतिरिक्त वापरत असाल तर त्या २५०पर्यंत कमी केल्यामुळे बदल घडून येतो आणि त्याचा परिणामही दिसतो.

हे तंत्र वापरण्याची गुरूकिल्ली म्हणजे छोटा, पण धोरणात्मक विचार करणं. ज्यात मोठे बदल अपेक्षित आहेत असा छोटा संकल्प करू नका. कारण हे काम सोपं करणं, अगदी नैसर्गिक रीतीनं, पण सातत्यानं करणं हा

उद्देश आहे (अर्नोल्ड, २०१४, स्मॉल मूव्ह, बिग चेंज : यूजिंग मायक्रो-रिझोल्युशन्स टू ट्रान्सफॉर्म युअर लाइफ परमनन्टली).

छोटे संकल्प निश्चित करण्यासाठीच्या घटकांमधला महत्त्वाचा घटक म्हणजे विशिष्ट, लहान आणि साध्य करता येण्यासारख्या गोष्टीवर लक्ष केंद्रित करणं. रोज धावण्याचा व्यायाम करायचा, असं काही ध्येय निश्चित करू नका. त्याऐवजी कारमधून उतरल्यावर लिफ्टचा वापर न करता जिना चढून आपल्या कार्यालयात जायचं ठरवा (अर्नोल्ड, २०१४, स्मॉल मूव्ह, बिग चेंज : यूजिंग मायक्रो-रिझोल्युशन्स टू ट्रान्सफॉर्म युवर लाईफ परमनन्टली).

आपल्या कोणत्या वर्तनावर काम करायचं आहे ते ओळखा आणि त्यानुसार विशिष्ट संकल्प निश्चित करा. 'कधीही नाही, नेहमीच नाही, प्रत्येक वेळी, दररोज, अजिबातच नाही' असे शब्द वापरणारे किंवा यासारखं काही सूचित करणारे संकल्प टाळा. विशिष्ट परिस्थितीमध्ये विशिष्ट वर्तनावर लक्ष केंद्रित करा. उदाहरणार्थ, मी उपाहारगृहात गेल्यावर मिष्टान्न मागवणार नाही (पण कॅफेमध्ये मागवू शकतो किंवा घरच्यासाठी खरेदी करू शकतो), मी माझ्या कार्यालयात पायऱ्या चढून जाईन (पण इतर इमारतींमध्ये किंवा अन्य परिस्थितीमध्ये लिफ्टचा वापर करू शकतो), मी आठवड्यातून एकदा भूमध्य पद्धतीचा आहार घेईन किंवा माझ्या नेहमीच्या आहारामध्ये त्यातला एक पदार्थ समाविष्ट करेन किंवा अगदी मला आवडेल अशा पद्धतीनं मासे शिजवायला शिकेन (अर्नोल्ड, २०१४, स्मॉल मूव्ह, बिग चेंज : यूजिंग मायक्रो-रिझोल्युशन्स टू ट्रान्सफॉर्म युअर लाइफ परमनन्टली).

छोट्या संकल्पाच्या कल्पनेमध्ये आपल्या वर्तनातल्या विशिष्ट समस्येला लक्ष्य केलं जातं. ती समस्या म्हणजे, अधिकाधिक आणि चांगलं करण्याची तसंच प्रचंड मोठे बदल घडवून आणण्याची आपली इच्छा. आपल्यामध्ये आपल्या वर्तनात बदल घडवून आणण्याच्या क्षमतेविषयी अतिरिक्त आत्मविश्वास असतो, आपल्याला अपयश आलं तरीही त्या अनुभवातून आपण क्वचितच काही धडा घेतो. पण छोटे संकल्प यशस्वी होणं आणि त्यातून बदल घडून येणं हे जवळजवळ निश्चित असतं. नंतर आपण आणखी काही छोटे संकल्प करू शकतो आणि आपल्याला ज्या सवयी बदलायच्या आहेत त्या बदलू शकतो (अर्नोल्ड, २०१४, स्मॉल मूव्ह, बिग चेंज : यूजिंग मायक्रो-रिझोल्युशन्स टू ट्रान्सफॉर्म युअर लाइफ परमनन्टली).

प्रकाश आणि तापमान :

आपण काय खातो इथपासून आपण कसे झोपतो, इथपर्यंत अनेक घटकांचा परिणाम आपल्या शरीरावर होत असतो. पण दोन असे घटक आहेत जे आपल्या जैविक लयीवर, आपल्या स्वास्थ्यावर परिणाम करू शकतात आणि बायोहॅकिंगसाठी नवे पर्याय उपलब्ध करून देतात. ते घटक म्हणजे, नेहमी दुर्लक्षिले गेलेले प्रकाश आणि तापमान.

आता आपण प्रकाशापासून सुरुवात करू या. आपण प्रकाशाला नेहमी गृहीत धरतो. विशेषत: बहुतेक घरांमध्ये कृत्रिम प्रकाशाची सोय असल्यामुळे असं होतं. पण नैसर्गिक प्रकाश आणि कृत्रिम प्रकाश या दोन घटकांचा वेगवेगळा परिणाम आपल्या शरीराची लय, आपली मन:स्थिती आणि आपल्या मन:स्वास्थ्याशी संबंधित काही पैलूंवर होत असतो.

प्रकाशाचं पहिलं कार्य म्हणजे झोपण्याची वेळ कधी होते (जेव्हा प्रकाश मंदावतो आणि अंधार पडू लागतो) आणि आपल्या दिवसभराच्या कामाची वेळ कधी असते (जेव्हा प्रखर प्रकाश असतो) याच्या जाणिवा आपल्या मेंदूला करून देणे. दीर्घ काळापासून आपण विजेचे दिवे वापरायला लागलो असलो तरी अजूनही असंच होत असतं. त्यामुळे झोपण्याच्या आधी काही काळ आपण प्रखर प्रकाशात असलो तर आपल्याला झोप लागणं कठीण होतं. कारण प्रखर प्रकाशामुळे झोपेला प्रोत्साहन देणाऱ्या मेलाटोनिनच्या प्रसरणात व्यत्यय येतो.

सकाळच्या वेळी जर आपल्याला पुरेसा प्रकाश मिळाला नाही, तर आपल्याला झोपाळल्यासारखंच वाटत राहतं. तसंच सगळं जग अंधारात असताना उठून काम करणंही खूप कठीण असतं आणि त्याला शारीरिक कारणही असतं. आता उठून कामाला लागायचं आहे की आता झोपण्याची वेळ आली आहे हे आपल्या शरीराला ठरवायला मदत करणारा सर्वांत महत्त्वाचा घटक म्हणजे प्रकाश. त्याचा मोठा परिणाम आपल्या सावध राहण्याच्या, झोपी जाण्याच्या क्षमतेवर होत असतो, तसंच आपल्या शारीरिक लयी आणि प्रकाश यांच्या संबंधावर आपलं जागं राहणं किंवा थकल्यासारखं वाटणं अवलंबून असतं.

प्रकाशाचा एक अनपेक्षित परिणाम म्हणजे त्याचा आपल्या मानसिक आरोग्यावरही प्रभाव पडत असतो. ज्या देशांत शरद ऋतूमध्ये आणि

हिवाळ्यामध्ये नैसर्गिक प्रकाशाचं प्रमाण अगदी कमी असतं तिथले लोक बहुतेकदा त्या काळापुरते भावनिक विकारांचे किंवा 'SAD' या प्रकारच्या सूर्यप्रकाशाच्या अभावाशी संबंधित नैराश्याच्या समस्येला बळी पडतात. त्या लोकांना सूर्यप्रकाशामध्ये राहायला लावून किंवा सूर्यप्रकाशासारखा प्रकाश देणाऱ्या दिव्यांच्या प्रकाशात ठेवून उपचार केले जातात. तुम्हाला अशी कोणतीही समस्या नसली तरी दिवसातून ३० मिनिटं (आणि बाहेर ढगाळ वातावरण असलं तरीही) सूर्यप्रकाशाच्या संपर्कात राहिलं तर आपल्या भावनिक स्थितीमध्ये आणि मानसिक स्वास्थ्यामध्ये मोठा बदल होतो. कारण त्यामुळे मेंदूची विविध कार्यं करण्यासाठी आवश्यक असलेल्या सेरोटीनच्या प्रसरणाला मदत होते (एपीए, २०१३, द डायग्नोस्टिक अँड स्टॅटिस्टिकल मॅन्युअल ऑफ मेंटल डिस्ऑर्डर्स; कोटझ, २००७, गेट हेल्दी अँड हॅपिअर).

नैसर्गिक प्रकाश आपल्यासाठी चांगला असतो. सकाळी त्याच्या संपर्कात राहणं आणि संध्याकाळी, रात्री तशा प्रकारचा प्रकाश टाळणं आवश्यक आहे. नैसर्गिक प्रकाश नसेल तर कृत्रिम प्रकाशाचीही थोडी मदत होऊ शकते. प्रकाशाविषयी आणि उपचारात्मक हेतूसाठी त्याचा वापर कसा करावा, याविषयी काही आधुनिक आणि विवादास्पद कल्पना सांगितल्या गेल्या आहेत.

साधारण नव्वदच्या दशकापासून वापरली जात असलेली रेड लाइट थेरपी ही अशीच एक वादग्रस्त उपचार पद्धती आहे. त्यामध्ये आपल्या त्वचेला किंवा त्वचेच्या काही भागांना कमी फ्रिक्वेन्सीवर लाल प्रकाशाच्या संपर्कात ठेवलं जातं. विकार बरे करण्यासाठी, रोगप्रतिकारक शक्ती वाढवण्यासाठी आणि त्वचेच्या विविध व्याधींशी लढण्यासाठी या पद्धतीचा उपयोग होऊ शकतो. ऋतूनुसार निर्माण होणाऱ्या भावनिक समस्यांच्या उपचारासाठीही या पद्धतीचा वापर केला जाऊ शकतो. या पद्धतीच्या उपयोगितेसंबंधीचे पुरावे सकारात्मक आणि नकारात्मक असे मिश्र आहेत, पण अशा पद्धती विविध उपचार केंद्रांमध्ये वापरल्या जातात (कॉब, २०२०, रेड लाइट थेरपी बेनिफिट्स).

रेड लाइट थेरपीबरोबरच ब्लू लाइट थेरपीसुद्धा आहे. सूर्यप्रकाशामुळे त्वचेचं झालेलं नुकसान भरून काढण्यासाठी किंवा

कर्करोगाची वाढ रोखण्यासाठीही या उपचार पद्धतीचा वापर केला जातो. मुरुमांवरच्या उपचारांसाठी (अनेक सत्रांच्या योजनेद्वारे) आणि ऋतूनुसार निर्माण होणाऱ्या भावनिक समस्यांसाठीही ही पद्धत वापरली जाते (कॉब अँड गॉटर, २०१७, ब्लू लाइट थेरपी).

यातून हे सूचित होते की, प्रकाशाचा वापर मर्यादित स्वरूपात आणि काळजीपूर्वक करणं आवश्यक असलं तरी, प्रकाशामध्ये उपचारात्मक असे काही गुणधर्म आहेत. सूर्यप्रकाश चांगला म्हणून तुम्ही तासन्तास सूर्यप्रकाशात राहू शकत नाही. कारण त्यामुळे त्वचेचं अधिक नुकसान होऊ शकेल. पण नैसर्गिक प्रकाशाचे उपयोग आणि झोपेचं व्यवस्थापन यापलीकडे बायोहॅकिंगवर याचा प्रभाव फारसा दिसून येत नाही. चेहऱ्यावरील मुरुमं, सूर्यप्रकाशामुळे झालेलं त्वचेचं नुकसान अशा काही विशिष्ट गोष्टींसाठीच प्रकाशाधारित उपचारांचा उपयोग होतो.

प्रकाशाचा परिणाम आपल्या मन:स्थितीवर आणि शारीरिक क्रियांच्या चलनवलनावर कशा प्रकारे होतो हे समजून घेणं महत्त्वाचं आहे. कारण त्यामुळे आपल्याला आपलं भावनिक स्वास्थ्य सुधारण्यासाठी आणि आपली झोप यशस्वीपणे नियमित, नियंत्रित करण्याचा सोपा मार्ग उपलब्ध होतो.

नैसर्गिक प्रकाश आपल्या स्वास्थ्यासाठी उत्तम असल्यामुळे दररोज निदान अर्धा तास नैसर्गिक प्रकाशात राहणं चांगलं असतं. सकाळचा आणि दुपारच्या सुरुवातीचा नैसर्गिक सूर्यप्रकाश उत्तम परिणाम मिळवून देतो.

पण तापमानाचं काय? आपण आपल्या शरीराचं नियमन करण्यासाठी तापमानाचा वापर करू शकतो. तापमान वाढवून आणि कमी करून त्याचा उपयोग शारीरिक स्वास्थ्यासाठी करण्याच्याही काही संकल्पना आहेत.

आपल्या झोपेवर तापमानाचा परिणाम होत असतो आणि त्यानुसारच आपलं झोपणं किती कठीण किंवा किती सहज आहे, हे ठरत असतं. आपण झोपतो तेव्हा आपल्या शरीराचं तापमान नैसर्गिक प्रक्रियेनुसार कमी होतं. ते तसं कमी राहायला मदत व्हावी म्हणून आपली खोली थंड ठेवणं चांगलं. आपल्या खोलीचं तापमान ६८ अंश फॅरनहाइट किंवा २० अंश सेल्सिअस ठेवलं तर तुम्हाला स्वस्थ झोप लागू शकते. गरम झालेल्या आणि पसारा असलेल्या खोलीत झोपणं कठीण वाटतंच, पण अति थंड खोलीत झोपणंही शक्य नसतं.

अनेक खेळाडू आपली शारीरिक क्षमता वाढवण्यासाठी आणि त्यासाठीचा सराव आणखी कठीण करण्यासाठी थंडीमध्ये राहण्याचा प्रयोग करतात. व्यायाम करण्यापूर्वी तुम्ही शरीराचं तापमान कमी करून (उदाहरणार्थ, थंड पाणी पिऊन) किंवा हिवाळ्यामध्ये खोलीच्या बाहेर थंडीमध्ये व्यायाम करून शारीरिक क्षमता वाढवण्यासाठी अधिक आव्हानं निर्माण करू शकता आणि आपली कामगिरी वाढवू शकता. दुखापतीनंतर वेदना कमी करण्यासाठी आणि सूज उतरवण्यासाठीही थंड तापमानाचा उपयोग केला जातो. काही खेळाडू लवकर बरं होण्यासाठी आणि पुन्हा लवकर खेळात परतण्यासाठी बर्फाच्या पाण्याने अंघोळ करतात. क्रायोथेरपी घेणं किंवा कमी तापमानासाठी विशिष्ट रचना केलेल्या खोल्यांमध्ये संपूर्ण शरीराला थंडावा प्राप्त करून घेणंही आता लोकप्रिय होत आहे. पण या प्रक्रियेतले फायदे पूर्णपणे विज्ञानाधारित नाहीत (श्मरलिंग, २०१८, क्रायोथेरपी : कॅन इट स्टॉप युअर पेन कोल्ड?).

मैदानी खेळांसाठीची आपली शक्ती वाढवण्यासाठी आणि दुखापतीतून बरं होण्यासाठी तुम्ही बर्फासारख्या थंड उपचारांची मदत घेऊ शकता. थंड पाण्यानं अंघोळ केल्यामुळे केवळ शारीरिक आरोग्य सुधारतं असं नाही, तर मन:स्थितीही ठीक राहते. तापमान अतिरेकी स्तरावर कमी न करता थंडावा अनुभवला तर तो उत्साह वाढवण्याचा आणखी एक मार्ग ठरू शकतो. एक गोष्ट लक्षात घेणं आवश्यक आहे की, जेव्हा तुम्ही उघड्यावर राहून थंडी सहन करण्याचा सराव करता तेव्हा काळजी घ्यायला हवी. कारण जर थंडीचं प्रमाण अत्यधिक असेल किंवा तुमची शारीरिक अवस्था ठीक नसेल तर ते थंड तापमान तुमच्यासाठी धोकादायक ठरू शकतं. थंडीमुळेही जळजळ होऊन त्वचेचं नुकसान होऊ शकतं, त्याबरोबरच शरीरावरचा ताणही वाढू शकतो (श्मरलिंग, २०१८, क्रायोथेरपी : कॅन इट स्टॉप युअर पेन कोल्ड?; एस्प्रे, एन.डी., युअर थर्मोस्टॅट मे बी की टू बर्निंग मोअर कॅलरीज अँड गेटिंग फोकस्ड).

उष्णतेविषयी काय? उष्ण वातावरणामुळेसुद्धा तुमच्या शरीरावरचा ताण वाढू शकतो आणि तुम्ही अधिक चांगल्या प्रकारे व्यायाम करू शकता. सौना आणि तत्सम उष्ण वातावरणामुळेही तुमची मन:स्थिती चांगली होऊ शकते. पण उष्ण वातावरणात राहणंही आपल्याला थकवा आणू शकतं

आणि शरीरावरचा ताण वाढू शकतो. म्हणून स्वत:च्या मर्यादा समजून घ्या आणि अतिरेकी तापमान टाळा. अन्यथा, तुमच्या शरीरातील पाण्याचं प्रमाण कमी होऊन निर्जलीकरणाचा त्रास होऊ शकतो (एस्प्रे, एन.डी; युअर थर्मोस्टॅट मे बी की टू बर्निंग मोअर कॅलरीज अँड गेटिंग फोकस्ड).

उष्णता आणि थंडी या दोन्ही वातावरणांमुळे दैनंदिन कामांमध्ये किंवा व्यायाम करताना तुमची शारीरिक ऊर्जा मोठ्या प्रमाणात खर्च होत असते आणि त्यामुळे केवळ शारीरिक हालचाली होत नसतात, तर त्यातून तुमचं वजन कमी होण्यासाठीही मदत होत असते. पण हे लक्षात ठेवणं आवश्यक आहे की, यामध्ये शरीरावरचा ताण खूप वाढत असतो त्यामुळे शारीरिक नुकसानाचा धोका टाळण्यासाठी कायम आपल्याजवळ पाणी ठेवणं आणि आपल्या मर्यादा समजून घेणं आवश्यक आहे (एस्प्रे, एन.डी., युअर थर्मोस्टॅट मे बी की टू बर्निंग मोअर कॅलरीज अँड गेटिंग फोकस्ड).

उष्ण वातावरणामुळे आपली संज्ञानात्मक कार्यक्षमताही कमी होते. अति थंड नाही आणि अति गरम नाही, अशा साधारण थंडावा असलेल्या खोलीत आपण स्वस्थतेनं काम करू शकतो. खोली उबदार असेल तर आपण सुस्तावतो आणि त्यामुळे कामावर लक्ष केंद्रित होत नाही, तर खोली अति थंड असेल तर कडकड वाजणाऱ्या दातांमुळे कामात आपलं लक्ष लागत नाही (एस्प्रे, एन.डी., युअर थर्मोस्टॅट मे बी की टू बर्निंग मोअर कॅलरीज अँड गेटिंग फोकस्ड).

उष्णता आणि गारठा वेगवेगळ्या प्रकारे आपल्या शरीराला उत्तेजित करत असतात. आपल्या वैयक्तिक आवडीनिवडी, सहनशीलता आणि सवयी यांवरही ती उत्तेजना अवलंबून असते. काही लोकांना थंडी सहन होत नाही, तर काहींना उष्णता सहन होत नाही. काही लोकांना उबदार वातावरणात काम करणं जमत नाही, तर काहींना थंड वातावरणात स्वत:ला कामाला लावण्यासाठी कसोशीनं प्रयत्न करावे लागतात. याचा अर्थ, तुम्ही स्वत:च्या स्थितीविषयी आणि आपल्यासाठी काय योग्य आहे याविषयी सजग राहिलं पाहिजे. स्वत:वर जबरदस्ती केल्यामुळे आरोग्याच्या समस्या उद्भवू शकतात. उदाहरणार्थ, अति उष्णता किंवा अति थंडीमुळे तुम्ही आजारी पडू शकता किंवा तुमच्या समस्या आणखी वाढू शकतात. म्हणूनच जे कराल ते टप्प्याटप्प्यानं करा. एकदमच बर्फाच्या पाण्यात बुडी मारणं किंवा अति उष्ण सौना घेणं अशा गोष्टी करू नका.

जर तुम्हाला वाटलं की, आपण करत असलेला व्यायाम कंटाळवाणा झाला आहे आणि त्यातून पुरेसे फायदे मिळत नाहीत, जर तुम्हाला निद्रानाश जाणवत असेल, जर तुम्हाला काही वेदना होत असतील किंवा तुम्ही लक्ष केंद्रित करण्याची क्षमता वाढवू इच्छित असाल तर तुम्ही जिथे आहात तिथलं स्वतःच्या आसपासचं तापमान बदलून बघा आणि तापमानात केलेल्या बदलांनुसार आपली स्थिती कशी बदलते ते बघा.

तापमान आणि प्रकाश यांच्या गुणधर्मांचा फायदा करून घेणं सोपं असतं. प्रकाशाची तीव्रता कमी-जास्त करता येईल असे दिवे तुम्ही घेऊ शकता किंवा निदान संध्याकाळसाठी दिव्यांची अशी पर्यायी व्यवस्था करा ज्यामुळे सूर्यास्ताच्या नैसर्गिक रंगांप्रमाणे लालसर पिवळा प्रकाश मिळू शकेल.

शरीराचं तापमान कमी करण्यासाठी आणि वाढवण्यासाठी थंड आणि गरम पाण्यानं अंघोळ करणं हा सोपा पर्याय आहे. सकाळी आणि संध्याकाळी, व्यायाम करण्याच्या आधी आणि नंतर अशा प्रकारे अंघोळ करून बघा आणि प्रत्येक वेळी तुमचं शरीर कसा प्रतिसाद देतं ते समजून घ्या.

संपूर्ण शरीराला थंडावा दिल्यावर काय परिणाम होतो हे ज्यांना जाणून घ्यायचं आहे त्यांच्यासाठी क्रायोथेरपी हा पर्याय आहे. तुम्ही बर्फाच्या पाण्यानं अंघोळ करू शकता किंवा तुमच्या जवळच्या विश्वसनीय क्रायोथेरपी केंद्रामध्ये जाऊ शकता. थंडाव्याचा उपयोग करण्यावर भर दिला तर तुमच्या शारीरिक वेदना कमी करण्यासाठीही मदत होऊ शकते.

आपली कार्यपद्धती सुधारण्यासाठी, आरोग्य आणि एकंदरीत जीवनशैली सुधारण्यासाठी, तसंच आयुष्याचा प्रत्येक पैलू विकसित करण्याच्या उद्देशानं स्वतःच्या शरीरावर नियंत्रण मिळवण्यासाठी तुम्ही अनेक गोष्टी करू शकता. त्यासाठी प्रमाणित सिद्ध झालेल्या तंत्रांचा वापर करा आणि ज्या तंत्रांविषयी आशंका आहेत, ती टाळा. प्रयोग करत रहा आणि आपल्यासाठी काय योग्य आहे, आपण केलेल्या प्रयत्नांच्या तुलनेत कशातून अधिक चांगले परिणाम मिळतात ते बघा. तुम्ही स्वतःची तंत्रंही विकसित करू शकता आणि तुम्हाला तुमच्या ध्येयाच्या दिशेनं घेऊन जाईल अशी नियमित दिनचर्या तयार करू शकता.

सारांश :

- आपण सर्व जण स्वास्थ्यपूरक आहाराची तत्त्वं जाणतो, पण तशा चांगल्या सवयी लावून घेण्यासाठी वेळ द्यावा लागतो आणि प्रयत्न करावे लागतात.
- 'नज थिअरी' म्हणजे आपल्याकडून आपल्याला अपेक्षित असलेलं वर्तन घडवून आणण्यासाठी आवश्यक ते छोटे बदल करणं. आपण प्रत्येक वेळी निवड करत असतो. पण आपल्या आसपासच्या वातावरणात बदल करून आपण योग्य निर्णय घेणं आणि तो आपोआप घेतलं जाणं सोपं करून टाकतो.
- आपल्या कोणत्याही वर्तनाविषयी प्रतिक्रिया मिळवता येईल अशी यंत्रणा कायम असल्याची खात्री करून घ्या, तसंच गुंतागुंतीचं वर्तन आणि जटिल निर्णय प्रयत्नपूर्वक शक्य तितके सोपे करा. उदाहरणार्थ, फराळाचे पदार्थ घरात उपलब्ध करून ठेवणे, किराणा मालाच्या दुकानात गेल्यावर मोहात पाडणाऱ्या वस्तूंपासून दूर राहणे किंवा इतरांसह मिळून व्यायाम करणे आणि आपल्या दिनचर्येमध्ये चांगल्या सवयी समाविष्ट करणे. नज थेरपी योग्य प्रकारे वापरली गेली तर इच्छाशक्तीचा अतिरिक्त वापर न करताही योग्य ते वर्तन करणं शक्य होतं.
- कॅरोलीन अर्नोल्ड यांची छोट्या ध्येयांची संकल्पना आपल्याला सांगते की, आपण जेव्हा छोटी पावलं उचलण्यासाठी वचनबद्ध होतो तेव्हा मोठ्या गोष्टी करणं शक्य होतं. जर तुम्ही एखादा छोटा, पण आवश्यक तो विशिष्ट बदल केला आणि त्या बदलावर ठाम राहिलात तर त्याचा एकत्रित परिणाम मोठा असू शकतो.
- छोटी ध्येयं ठरवण्यासाठी आधी आपल्याला नक्की कशात बदल करायचा आहे ते शोधा. त्यानंतर अपेक्षित बदल घडवून आणण्यासाठी छोटे संकल्प करा. अगदी टोकाचं किंवा अगदी वेगळं असं काही करू नका. छोटी ध्येय ठरवा, पण ती धोरणात्मकतेनं ठरवा. आपण ज्याचं पालन निश्चितपणे करू शकू असं तुम्हाला वाटतं असेच छोटे बदल करा.

- प्रकाश आणि तापमान हे आपल्या वर्तनाला प्रभावित करणारे दोन महत्त्वाचे घटक आहेत. आपल्या शारीरिक लयीच्या गतीविरुद्ध काम करण्याऐवजी त्या गतीनुसार काम करणं सोपं आहे आणि त्यातून दीर्घ काळ टिकणारे, स्वास्थ्यपूरक बदल घडवून आणण्याची शक्यता जास्त आहे.
- कमीतकमी सकाळी उठल्यावर सूर्यप्रकाशाचा लाभ घ्या आणि रात्री उशिरा कृत्रिम प्रकाशात राहणं टाळा. त्याचप्रमाणे उष्णता आणि थंडावा यांचा उपयोग शरीराला जागं करण्यासाठी किंवा नैसर्गिक सहजतेनं झोप लागावी यासाठी केला जाऊ शकतो.

भाग ३

मस्त झोप काढा

आपल्या शरीरस्वास्थ्यावर प्रभुत्व प्राप्त करून ते सुधारण्याच्या शोधक प्रवासामध्ये आपण उबर-न्यूरोकेमिकल डोपामाइन आणि पोषक आहाराचे परिणाम समजून घेतले. आता या विषयातल्या त्रिसूत्रीमधला अखेरचा घटक आपण समजून घेणार आहोत, तो घटक म्हणजे 'झोप'. शरीरक्रियांवर नियंत्रण प्राप्त करणं अर्थात बायो'हॅकिंग' या संकल्पनेचं मूळ विशिष्ट उद्देशानं तयार केलेले प्रोग्राम आणि संगणकशास्त्र यात आहे; पण मानवी शरीर हे एखाद्या यंत्रासारखं अजिबातच नाही. कारण मानवी शरीर जिवंत घटकांनी बनलेलं असतं आणि शरीरस्वास्थ्य कितीही चांगलं असलं तरी काळानुसार ते झिजत जातं आणि वेळ आल्यावर मृत होतं. त्याबरोबरच यंत्राला ज्याची गरज नाही अशी आणखी एक गोष्ट आपलं शरीर करत असतं : विश्रांती. मानवी शरीर ही एक अशी कार्यसंस्था आहे जी एकदा ऊर्जा खर्च करणे आणि एकदा खर्च केलेली ऊर्जा भरून काढणे, या दोन क्रिया एकामागोमाग एक करत असते. ही संस्था ऊर्जा वाढवणे आणि प्रसारित करणे यासाठी सक्षम असते. पण ते करण्यासाठी शरीरानं काही काळ शांत राहणं आवश्यक असतं, जेव्हा ते निद्रितावस्थेत जातं आणि फक्त विश्रांती घेत असतं.

म्हणूनच आपल्या स्वत:च्या शरीराला व्यवस्थित जाणून घेऊन, ते शक्य तितक्या चांगल्या स्थितीमध्ये राखण्यासाठी आपण शरीराची 'निष्क्रिय' राहण्याची नैसर्गिक गरज मान्य केली पाहिजे आणि त्या निष्क्रियतेचा फायदा करून घेतला पाहिजे. त्या दृष्टीनं बायोहॅकिंगमधला महत्त्वाचा घटक म्हणजे झोप. आपल्या शरीराला रात्री तीन तासांची झोप पुरेल अशा प्रकारे तयार करणं किंवा काहीही न खातापिता मॅरेथॉन स्पर्धेत धावणे अशा विषयांवरचे विवादित लेख तुम्ही वाचले असतील. पण याबाबतीतलं रोमांचक नसणारं सत्य म्हणजे एक स्वस्थ, ऊर्जावान शरीर हे एखादं अतिमानवी यंत्र नसून एक जीव असतो, त्या जीवाच्या काही मर्यादा असतात आणि त्या आपण मान्य करणं आवश्यक असतं.

प्रकरण ५

झोपेचं खरं महत्त्व

तुमच्या स्वास्थ्याच्या दृष्टीनं झोप ही सर्वाधिक महत्त्वाची आवश्यक बाब आहे आणि ही अतिशयोक्ती नाही. तुम्ही अन्नपाण्यावाचून काही दिवस राहू शकता आणि सप्लिमेंट्स किंवा औषधांवाचूनही तुमचं शरीर अनेक वर्षं तग धरून राहू शकतं. पण काही दिवस झोप घेतली नाही तर मात्र लगेचच शरीराचं मोठं नुकसान झालेलं दिसतं.

झोपेमुळे शारीरिक स्वास्थ्य सुधारतं का? अर्थातच हो. भावनिक स्वास्थ्य? ते तर आणखी जास्त प्रमाणात सुधारलेलं दिसतं. त्यामुळे आपले नातेसंबंध, सर्जनशीलता, समस्या निराकरण क्षमता इत्यादी अनेक गोष्टींमध्ये सुधारणा होते. झोपेला फारसं महत्त्व दिलं जात नसलं तरी अधिकाधिक पुराव्यांवरून असं दिसून आलं आहे की, आपल्या एकंदरीत जीवनशैलीसाठी झोप हा एक मूलभूत घटक आहे. एक गोष्ट लक्षात घ्या : आपल्या झोपेच्या वेळांवर नियंत्रण प्राप्त करणं म्हणजे झोप कमी करणं नाही, तर झोपेच्या वेळा पुन्हा योग्य प्रकारे नियमित करणं.

लोक झोपेकडे दुर्लक्ष करतात. आजच्या धकाधकीच्या जीवनात स्वत:ला स्वत:च्या मर्यादांपलीकडे रेटत राहून शक्य तितकं जास्त काम करणं अपेक्षित असतं. अनेक कार्यालयांमध्ये कामगारांच्या विश्रांतीच्या वेळाही व्यग्र ठेवल्या जातात आणि काही लोक झोपेला ओझं समजतात.

पण गेल्या काही वर्षांमधल्या संशोधनात झोपेमध्ये किती शक्ती आहे आणि आपल्या आरोग्यावर त्या शक्तीचा किती परिणाम होतो, हे स्पष्टपणे दिसून आलं आहे (वॉकर, २०१८, आपण का झोपतो?).

जर आपण झोपलो नाही तर काय होतं, हे सांगण्यापेक्षा झोपेमुळे कोणकोणते फायदे होतात याची यादी करणं सोपं आहे. संशोधनातून असं दिसून आलं आहे की, प्रौढ, किशोरवयीन आणि लहान मुलं यांच्या बाबतीत पुरेशा झोपेचा अभाव सतत अल्पकालीन आणि दीर्घकालीन परिणामांना कारणीभूत ठरतो.

झोपेच्या अभावी तुमची लक्ष केंद्रित करण्याची क्षमता आणि स्मरणशक्ती कमी होते. प्रतिक्रिया देण्याची गती मंदावेल, आपली मोटर स्किल्स मंदावतील आणि त्यामुळे आपला प्रतिसाद देण्याचा वेळ वाढेल. झोपेच्या कमतरतेमुळे कामाच्या ठिकाणी आणि घरामध्ये काही अपघात होऊ शकतात आणि कारचे अपघातही होऊ शकतात. रस्त्यावरच्या धोकादायक परिस्थितीचं हे एक महत्त्वाचं कारण आहे (गॉटलीब, एलेनबोजेन, बियांची अँड झेईसलर, २०१८, स्लीप डेफिशिअन्सी अँड मोटर व्हेईकल क्रॅश रिस्क इन द जनरल पॉप्युलेशन : अ प्रॉस्पेक्टिव्ह कोहर्ट स्टडी).

आपली भावनिक स्थिती बदलत असते. झोपेच्या अभावी आपण खूपच चिडचिडे होतो आणि साधारणपणे सर्व प्रकारच्या नकारात्मक भावनांना सहज बळी पडू शकतो. इतरांवर टीका करणं आणि फटकून वागणं सोपं असतं, पण त्यामुळे आपले नातेसंबंध बिघडू शकतात.

झोपेच्या अभावाचा संबंध ऊर्जेमधल्या आणि उत्पादकतेमधल्या कमतरतेशी येतो. आपण फार काम करू शकत नाही आणि जेवढं करू शकतो त्यालाही आवश्यकतेहून अधिक वेळ लागतो. सर्जनशीलतेवर आणि समस्या निवारण क्षमतेवरही परिणाम होतो.

मानसिक स्वास्थ्याचा विचार करता, झोपेचा अभाव नैराश्य आणि चिंता यांसह इतर अनेक समस्यांचं कारण ठरतो. पुरेशी झोप घेतली नाही तर टाइप-२ मधुमेह, उच्च रक्तदाब, हृदयरोग, स्ट्रोक इत्यादी व्याधींची शक्यता वाढते आणि त्यामुळे अकाली मृत्यूचा धोका निर्माण होतो. झोप पुरेशी झालेली नसली तर आपण आवश्यकतेपेक्षा जास्त खायला लागतो आणि स्वास्थ्यासाठी योग्य नसलेले पदार्थ खात राहतो. त्यामुळे वजन

वाढण्याची शक्यता असते. यामुळे आपली रोगप्रतिकारक शक्ती कमी होते आणि आपल्याला आजार होण्याचीही शक्यता वाढते. पुरेशी झोप न घेणारी लहान मुलं आणि किशोरवयीन मुलं यांच्यामध्ये वाढीच्या आणि विकासाच्या समस्या उद्भवतात (बॅबसन, ट्रेनर, फेल्डमन आणि ब्लूमेंथल, २०१०, अ टेस्ट ऑफ इफेक्ट्स ऑफ अॅक्युट स्लीप डिप्रिव्हेशन ऑन जनरल अँड स्पेसिफिक सेल्फ-रिपोर्टेड एंग्झायटी अँड डिप्रेसिव्ह सिम्पटम्स : एन एक्सपिरीमेंटल एक्स्टेंशन).

झोपेच्या अभावाचे परिणाम नेहमीच आपल्या लक्षात येतात असं नाही. झोप पुरी न होणं ही जर एक जुनाट समस्या असेल (जगभरातल्या बहुतेक प्रौढांमध्ये ही समस्या दिसून येते) तर ती स्थिती आपल्याला सामान्य वाटू लागते, समस्या वाटत नाही. झोपेच्या गुणवत्तेमध्ये सुधारणा केल्यामुळे आपण काम कसं करतो आणि आपल्याला कसं वाटतं, यात बदल होऊ शकत असला तरीही एकंदरीत ती गुणवत्ता म्हणजे स्वत:चं मोजमाप करण्याचा आदर्श ठरतो. झोपेच्या अभावाचा आणखी एक धोका असा आहे की, आपल्याला मायक्रोस्लीपचा अनुभव येऊ लागतो. मायक्रोस्लीप म्हणजे असा थोडा वेळ जेव्हा मेंदू कार्य थांबवतो, काय घडत आहे याची तुम्हाला जाणीव नसते आणि त्यादरम्यान एखादा दैनंदिन अनुभव चुकवला जाऊ शकतो. जर तुम्ही गाडी चालवत असताना किंवा जिथे खूपच सावधानता आवश्यक आहे अशी एखादी अन्य गोष्ट करत असताना जर असं काही घडलं तर ते खूप धोकादायक ठरू शकतं. आपण मायक्रोस्लीप टाळू शकत नाही (केनेडी, हॉवर्ड अँड पिअर्स, २००१, मायक्रोस्लीप लिटरेचर रिव्ह्यू).

बऱ्याचदा तुम्हाला वाटतं की, आपण ठीक आहोत किंवा आपल्याला थोडीशी झोप येते आहे. पण तुम्हाला तुमची स्थिती अचूक समजली असेलच असं नाही. अनेकदा झोप झालेली नसतानाही आपण चांगलं काम करण्याची आपली क्षमता अजमावत असतो. दीर्घ काळ झोपेचा अभाव अनुभवणाऱ्या व्यक्तीला दिवसभर जे धोके संभवतात त्यातले केवळ काहीच इथे सांगितले आहेत. ते असे :

- एखादं महत्त्वाचं प्रोजेक्ट विसरल्यामुळे कामाच्या ठिकाणी मोठी चूक घडून येणं.
- गाडीचा अपघात होणं.

- आपल्या प्रियजनांशी भांडणं होणं.
- व्यायाम न करणं आणि स्वास्थ्यपूरक आहार न घेणं.
- आपल्याला जाणवणाऱ्या समस्यांवर उपाय शोधता न येणं.
- स्वयंपाकघरात काम करत असताना हात कापला जाणं.
- अडखळणं आणि पडणं.
- दिवसभर मरगळलेलं, दमलेलं किंवा कंटाळवाणं वाटत राहणं.
- खूप सर्दी होणं.

आपल्या मेंदूला कार्यान्वित करण्यासाठी आणि मानसिक अवस्था योग्य राखण्यासाठी झोप आवश्यक आहे. ७ ते ९ तासांची झोप आपल्याला सतर्क राहण्यासाठी आणि ग्रहणशक्ती सुधारण्यासाठी मदत करते. आपण गोष्टी लक्षात ठेवू शकतो आणि आवश्यक तेव्हा चांगल्या प्रकारे आठवू शकतो. आपली मन:स्थिती सुधारते आणि आपण अधिक सर्जनशील होतो. या खेळात आपण वरचढ ठरतो.

आपली झोप अपुरी असेल तर त्याचे दुष्परिणाम आपल्या सगळ्यात जास्त कमकुवत भागावर होतात, या विचाराला नव्या संशोधनानं मोठं समर्थन दिलं आहे. (वॉकर, २०१८, आपण का झोपतो?). खरंच आपल्या शरीरावर, मेंदूवर, भावनांवर आणि मनावर याचा एकसारखाच आणि नुकसानकारक परिणाम होतो. यामुळे आपल्याला आपल्या पूर्ण क्षमतांसह जगणं शक्य होत नाही. बऱ्याचदा, आपल्याला आपलं काय नुकसान होतं आहे हेच समजत नाही. सुरळीत स्वच्छ जीवनशैली आचरणाऱ्या, नियमित व्यायाम करणाऱ्या, भाज्यांचा पोषक आहार घेणाऱ्या आणि रोज सकाळी आरशात बघून सकारात्मक उच्चारण करणाऱ्या लोकांपैकी तुम्ही एक असाल तर हे समजून घेणं तुम्हाला त्रासदायक ठरेल की, तुम्ही जी कठोर मेहनत करत आहात ती थोडी कमी करून रोज रात्री झोपेसाठी काही अधिक तास मिळवू शकता, जे तुमच्यासाठी आवश्यक आहे.

सर्केडिअन लय :

यामध्ये झोपेचं प्रचंड महत्त्व स्पष्ट करून झोपेची गुणवत्ता सुधारण्यासठी काम करण्यावर भर दिलेला आहे. पण झोपेची गुणवत्ता कशी सुधारायची

हे समजून घेण्यासाठी आपण एक महत्त्वाची संकल्पना समजून घेणं आवश्यक आहे.

'सर्केडिअन लय – आपल्या शरीरामध्ये आणि मनामध्ये चोवीस तासांच्या चक्रानुसार होत राहणारे बदल.'

दररोजच्या बायोहॅकिंगमध्ये समाविष्ट असलेली एक महत्त्वाची संकल्पना म्हणजे आपल्या शरीराच्या मुळातल्या कार्य करण्याच्या रचनेवर काम करणं. अतिरेकी बायोहॅकिंग करणाऱ्यांना म्हणजे आपल्या शारीरिक क्रियांवर कमालीचं नियंत्रण मिळवू इच्छिणाऱ्या लोकांना आपल्या नैसर्गिक क्षमता जास्तीतजास्त वाढवण्यासाठी आणि आपल्या मानवी शक्तीची रचना मुळातूनच नव्यानं करण्यासाठी प्रयोग करायला आवडतात. पण जुनं परंपरागत ज्ञान एक विरोधाभास जाणतं की, आपल्या विकासाच्या अनेकविध संधी, आपल्यामध्ये जे आहे ते वाढवण्याच्या क्षमतेमध्ये आहेत, कमी करण्याच्या नाही.

सर्केडिअन लय हे तंत्र म्हणजे मानवी शरीरानं हजारो वर्षांपासून विकसित केलेल्या आणि आपल्यामध्ये खोलवर रुजलेल्या सवयींचं एक प्रमुख उदाहरण आहे. माणूस दिवसभरासाठी एका चक्राचं पालन करत असतो, जे वातवरणाच्या आणि त्या माणसाच्या अंतर्गत बदलांना प्रतिसाद देणारं असतं. सर्व सजीवांमध्ये त्यांच्या अस्तित्वासाठी आवश्यक असलेल्या नैसर्गिक प्रक्रिया निश्चित करणारं चक्र असतं. उदाहरणार्थ, फुलं सकाळी उमलतात आणि संध्याकाळी कोमेजतात. अस्वलं हिवाळ्यात झोपून राहतात आणि वसंत ऋतूमध्ये शिकार करतात. त्याप्रमाणे आपले क्रियाकलापही दिवसभर आपल्या निश्चित चक्रानुसार घडत असतात आणि त्यामध्ये आपली भूक, आपल्या ऊर्जेची पातळी, आपली झोप किंवा आपलं जागं होणं याचं चक्र एवढंच नाही, तर आपली कामवासनासुद्धा समाविष्ट असते. आपली झोप या सर्केडिअन लयींशी जोडलेली आहे, ज्या आपल्या जैविक घड्याळाद्वारे निश्चित केल्या जातात. हे घड्याळ आपल्या शरीरातल्या अवयवांवर आणि पेशींवर काम करणाऱ्या प्रथिनांची मालिका असते आणि ही घड्याळं मेंदूमध्ये स्थिर असलेल्या प्रमुख घड्याळाच्या अनुसार कार्य करत असतात. मानवासाठी हे घड्याळ म्हणजे त्याच्या मेंदूचा एक भाग

आहे आणि तो हायपोथालेमसमध्ये असलेला सुप्राचियास्मॅटिक न्यूक्लिअस म्हणून ओळखला जातो. ही एक मज्जासंस्थेसंबंधी रचना आहे आणि ती नैसर्गिक घटकांवर अवलंबून असते. उदाहरणार्थ, आनुवंशशास्त्र, जे आपल्या शरीराची सर्केडिअन लय ठरवतं. पण मेंदूमधलं प्रमुख घड्याळ आणि अन्य जैविक घड्याळं वातावरणातील घटकांमुळे आणि विशेषत: प्रकाशाच्या संपर्कात आल्यामुळे प्रभावित होत असतात (एनआयएच, २०२१, सर्केडिअन ऱ्हिदम्स).

जेव्हा शरीरामध्ये काही विशिष्ट हार्मोन्स सोडले जातात तेव्हा दिवसाच्या एखाद्या निश्चित वेळी आपण किती सतर्क असतो, आपल्याला भूक कधी लागते, आपली पचनसंस्था कशी काम करते आणि आपल्या शरीराचं तापमान कसं बदलतं यांवर सर्केडिअन लयींचा प्रभाव पडतो. पण सर्केडिअन लयींच्या सर्वांत महत्त्वाच्या कार्यांपैकी एक म्हणजे झोपेचं नियमन करणे.

आपली झोप मेलाटोनीन नावाच्या एका हार्मोनद्वारे नियंत्रित केली जाते. या हार्मोनमुळे आपल्याला झोप येते. ते नसेल तर आपल्याला झोप लागण्यामध्ये अडथळे येऊ शकतात.

मेलाटोनीनची निर्मिती प्रकाशाच्या संपर्कावर अवलंबून आहे आणि आपल्या आसपासच्या वातावरणातील उपलब्ध प्रकाशाशी संबंधित आहे. डोळ्यांमार्फत म्हणजे ऑप्टिक नसांद्वारे मेंदूला मिळणाऱ्या माहितीनुसार कमी प्रकाशामध्ये मेलाटोनीन तयार केलं जातं. प्रकाशाची तीव्रता जास्त असेल तर मेलाटोनीन निर्मितीमध्ये अडथळा येतो. कारण त्यामुळे शरीराला वाटतं की अजूनही दिवसच आहे.

आपण दिवसा जागं राहून कार्यरत राहायचं असतं आणि रात्री झोपायचं असतं, या बहुतांशी दिसून येणाऱ्या धारणेच्या मुळातून बऱ्याच लोकांमधली सर्केडिअन लय तयार होत असते. अर्थातच, आपल्या सर्केडिअन लयींवर आपल्या अनुभवानुसार अन्य घटकांचाही परिणाम होत असतो.

आजच्या काळात झोपेतला सर्वांत मोठा अडथळा म्हणजे कृत्रिम प्रकाश. लाइट बल्ब तर आहेतच, पण संगणकाचा स्क्रीन, टीव्ही, स्मार्ट फोन इत्यादींमुळेही मेलाटोनीनच्या निर्मितीमध्ये अडथळा येतो. रात्रीच्या वेळी किंवा झोपण्यापूर्वी तेजस्वी प्रकाश वापरल्यामुळे झोप येणं कठीण

होतं आणि आपली सर्केडिअन लय बिघडते जे आपल्या आरोग्यासाठी हानिकारक ठरू शकतं.

जर तुम्ही कधी एखाद्या वेगळ्या टाइम झोनमध्ये प्रवास केला असेल तर सर्केडिअन लयीमध्ये झालेल्या बदलांचे परिणाम तुम्ही प्रत्यक्ष अनुभवले असतील. अशा जेटलॅगमुळे शरीर गोंधळून जाऊ शकतं आणि आपल्याला थकवा जाणवतो, विचारप्रक्रिया सुरळीत राहत नाही आणि दिवसभर झोप येत राहते. पण जेटलॅग सहसा लवकर निघून जातो, तर सर्केडिअन लय बिघडवणाऱ्या अन्य कारणांचे परिणाम दीर्घ काळ जाणवू शकतात.

उदाहरणार्थ, शिफ्ट ड्युटीजमुळे झोपेचं नियमन बिघडतं आणि आपल्या नैसर्गिक सर्केडिअन लयीमध्ये सातत्यानं व्यत्यय येत राहिल्यानं कालांतरानं त्याचे लक्षणीय नकारात्मक परिणाम आपल्या आरोग्यावर दिसू लागतात. रात्रीच्या वेळी काम करताना जागं राहण्याची आणि सावध राहण्याची गरज असते, पण त्याच वेळी शरीराला मात्र झोपेची आवश्यकता असते. त्यामुळे रात्री काम करणारे लोक दिवसा तासन्तास झोपले तरी त्यांना आरोग्याच्या समस्या जाणवू शकतात (जेम्स, होन, गड्डामेधी अँड व्हॅन डोंजेन, २०१७, शिफ्ट वर्क : डिस्रप्टेड सर्केडिअन ऱ्हिदम्स अँड स्लीप-इम्प्लिकेशन्स फॉर हेल्थ अँड वेल बिइंग).

अगदी नेहमी नाही, तरी बऱ्याचदा जरी आपल्या झोपेच्या वेळा आपल्या सर्केडिअन लयीशी मिळत्याजुळत्या असल्या तरी ते आपल्या आरोग्यासाठी उत्तम ठरतं. याचा अर्थ असा की, हे चक्र कसं कार्य करतं हे आपण समजलं पाहिजे आणि आपल्या शरीराचं चोवीस तास चालणारं घड्याळ जाणून घेतलं पाहिजे.

झोपेचं मोजमाप आणि निरीक्षण :

मानवी प्रजातीतील प्रत्येक सदस्य जरी एकाच प्रकारची जीवनपद्धती आणि शारीरिक लय पाळत असला, तरी त्यामध्ये वैयक्तिक स्तरावर अनेक फरक असतात आणि एखाद्या व्यक्तीच्या आयुष्यभरादरम्यान ती लय बदलू शकते. शास्त्रज्ञांकडे आपली सर्केडिअन लय मोजण्याची विविध माध्यमं आहेत. पण ती गुंतागुंतीची आहेत. आपल्या झोपेच्या पद्धतीचं निरीक्षण करणं सोपं असू शकतं, पण एक गोष्ट लक्षात ठेवणं आवश्यक आहे की कॅफीनचं

सेवन, प्रकाशाचा संपर्क, तणाव आणि बरेच दिवस झोप नीट न झाल्यानं साठून राहिलेली झोप, अशा अनेक घटकांचा परिणाम आपल्या झोपेवर होत असतो. परिणामत: बऱ्याच लोकांना वाटत असतं की, आपण 'सकाळी लवकर उठणाऱ्यांमधले' नाही. पण वास्तविक पाहता एक कारण म्हणजे ते वर्षानुवर्षं झोपेपासून वंचित असू शकतात.

तुम्ही साधी साधी निरीक्षणं नोंदवून ठेवू शकता. बहुतांश करून तुम्हाला कोणत्या वेळी झोप येते ते लक्षात घ्या आणि ते निरीक्षण लिहून ठेवा. सर्वसाधारण दिवसादरम्यान आपल्याला कधी झोप येते आणि तीच तुमची झोपायची वेळ आहे का, याकडे लक्ष द्या. तुमच्या झोपेचं वेळापत्रक किती निश्चितपणे पाळलं जातं आणि त्यामध्ये त्यात बदल झाला तर तो तासभरापेक्षा जास्त असतो का, हे बघा.

आपल्याला कधी जाग येते ते पहा, विशेषत: घड्याळाचा गजर न लावता आपण कधी जागे होतो, ते पहा. जर तुमची झोप पूर्ण झाली नसेल तर तुम्हाला झोपाळलेलं वाटू शकतं; पण रात्री चांगली झोप झाल्यानंतरचा दिवस कसा असतो, दिवसभरात आपल्याला अधिक ऊर्जा कधी जाणवते आणि ऊर्जा कमी झाल्याचं कधी जाणवतं, याकडे लक्ष द्या.

सध्या 'क्रोनोटाइप्स' या संकल्पनेची बरीच चर्चा सुरू आहे. यामध्ये सर्केडिअन लयींमध्ये आढळणारी वैयक्तिक जैविक भिन्नता स्पष्ट होते. उदाहरणार्थ, तुम्ही रात्री उशिरा उत्तम प्रकारे काम करू शकणाऱ्या आणि सकाळी अकरा वाजता उठणाऱ्या लोकांपैकी एक असू शकता. झोपेचे असे वेगवेगळे प्रकार आणि पद्धती असल्या तरी, वास्तविक बहुतांशी लोक रात्रीच्या वेळी आठ तास झोप घेऊन जगणारे असतात. आपल्या नैसर्गिक प्रवृत्ती कोणत्या आणि आपल्या जुन्या वाईट सवयी कोणत्या हे ठरवणं कठीण असू शकतं. पण धीर धरा आणि मोकळ्या मनानं तासातासाला तुम्हाला कसं वाटतं ते सजगतेनं समजून घ्या.

तुम्ही दिवसभर कसे असता याविषयीच्या निरीक्षणांबरोबरच आपल्या झोपेचा मागोवा घेण्यासाठीही काही उपाय आहेत. तुम्हाला किती गाढ झोप मिळते आहे हे मोजण्यासाठी स्लीप ॲप्समध्ये विविध उपाय वापरले जातात. त्यासाठी तुम्ही फक्त तुमचा स्मार्ट फोन तुमच्या गादीवर ठेवायचा आहे. तुम्ही झोपेत रात्रभर कशी हालचाल करता हे फोनमध्ये नोंदलं जाईल. फिटनेस ट्रॅकर्स, स्मार्ट घड्याळं आणि अशी इतर अंगावर धारण

करण्यासारखी उपकरणंही झोपेच्या क्षमतेचा मागोवा घेऊ शकतात. हे ट्रॅकर्स आणि ॲप्स परिपूर्ण नसले तरी विशेषत: तुम्हाला पुरेशी गाढ झोप मिळत नाही असं त्यात दिसून आलं तर ते आपल्याला आपल्या झोपेविषयीची महत्त्वाची माहिती नक्कीच पुरवू शकातात. यासाठी स्वत:चे अनुभव आणि निरीक्षणं यांवर आधारित तुम्ही स्वत:चे काही उपाय वापरण्याचाही प्रयत्न करू शकता (चोई आणि अन्य लेखक, २०१८, स्मार्ट फोन ॲप्लिकेशन्स टू सपोर्ट स्लीप सेल्फ-मॅनेजमेंट : रिव्ह्यू अँड एव्हॅल्युएशन).

इथे तुम्ही कोणती माहिती मिळवत आहात आणि का? आपल्याला कधी झोपाळल्यासारखं वाटतं आणि कधी ताजंतवानं वाटतं हे तुमच्या लक्षात येऊ शकतं. जेव्हा आपलं शरीर अधिक थकलेलं असतं आणि झोप घेण्यासाठी आतुर झालेलं असतं ती वेळ आपल्या झोपेशी जुळवून घेणं आणि जेव्हा आपलं शरीरांतर्गत घड्याळ जागं होण्यासाठी तयार असतं त्या वेळेला जुळणाऱ्या वेळी जागं होणं योग्य आहे. हे साध्य करणं नेहमीच सहज शक्य होत नाही. पण तुम्हाला कसं वाटतं आणि तुम्हाला किती विश्रांती मिळते यांत मोठा फरक दिसू शकतो.

जर तुम्हाला स्वत:च्या झोपेच्या गुणवत्तेविषयी माहिती मिळाली तर तुम्ही झोपेसाठी विशिष्ट वेळापत्रक तयार करून त्याचा उपयोग करून चांगली विश्रांती घेऊ शकता. जर तुम्ही मध्यरात्रीपूर्वी झोपू शकलात तर तुम्हाला जास्त गाढ झोप मिळेल आणि पहाटे दोन वाजल्यानंतर झोपलात तर झोप कमी मिळेल. हे सर्व तुम्हाला तुमच्या झोपेच्या वेळापत्रकाची आखणी करण्यासाठी सहायक ठरेल. विशेषत: तुम्हाला झोपाळलेलं वाटल्यामुळे किंवा ताजंतवानं वाटल्यामुळे काही गोष्टींवर परिणाम होत असेल तर काही दिवस-रात्री आपल्या झोपेचं निरीक्षण करा.

आपल्या झोपेचं वेळापत्रक तयार करा :

हा उपाय फारसा रोचक वाटत नसला तरी तो उपयुक्त आहे. झोपेच्या वेळापत्रकाचं पालन करून तुम्ही तुमच्या शरीराला एका विशिष्ट लयीची सवय लावत असता. त्यामुळे तुम्ही तुमच्या सर्केडिअन लयीशी जास्तीतजास्त जुळवून घेऊ शकता आणि त्यामुळे दररोज सकाळी जाग आल्यावर तुम्हाला ताजंतवानं आणि उत्साही वाटू शकतं.

अर्थातच, कधीकधी झोपेत व्यत्यय आणणाऱ्या काही आपात्कालीन परिस्थिती येऊ शकते किंवा अन्य काही गोष्टी घडू शकतात. पण तरीही आपण स्वत:ला झोपेच्या नियमित वेळापत्रकाची सवय लावून घेतली पाहिजे आणि आवश्यकतेशिवाय त्यात व्यत्यय येऊ न देण्याची काळजी घेतली पाहिजे. जेव्हा तुम्ही या वेळापत्रकाला प्राधान्य देता तेव्हा तुमचं आरोग्य, जीवनशैली आणि एकंदरीत कार्यपद्धतीमध्ये सुधारणा करण्यासाठी आवश्यक असलेले परिणाम दिसू लागतात. मग ही पद्धती स्वीकारणं योग्य नाही का?

स्वत:साठी योग्य असं वेळापत्रक तयार करा. जर तुम्हाला रात्री उशिरा झोपायची सवय असेल तर त्यात अचानक बदल करणं जरा आव्हानात्मक होऊ शकतं. तुम्ही झोपेची वेळ तासभर आधी करू शकता. त्यानंतर ती वेळ दररोज १५ मिनिटं अलीकडे घेत जा आणि सकाळी उठण्याची वेळ त्यानुसार जुळवून घ्या. अशा प्रकारे, झोपण्याच्या योग्य वेळेपर्यंत तुम्ही पोहोचलात की त्या वेळेची सवय लावून घ्या. सुरुवातीला हे जरा कठीण वाटू शकतं, पण लवकरच त्याची सवय होईल. कारण तुमचं शरीर त्या वेळी मेलाटोनीन तयार करायला शिकतं. त्यामुळे तुम्हाला पटकन झोप लागते आणि दररोज रात्री चांगली विश्रांती मिळते.

झोपेचं वेळापत्रक हे तुम्ही अमलात आणण्याच्या महत्त्वाच्या धोरणांपैकी एक आहे. पुढच्या भागामध्ये आपण झोपेची गुणवत्ता सुधारू शकणाऱ्या इतर बदलांचा विचार करणार आहोत.

सारांश :

- जीवनामध्ये असं एकही क्षेत्र नाही जिथे झोपेच्या चांगल्या सवयीमुळे सुधारणा होत नाही आणि त्याचे काही फायदे सांगायचे तर शारीरिक-मानसिक स्वास्थ्य, दीर्घायुष्य लाभतं आणि उत्तम रोगप्रतिकारक शक्तीसह सर्जनशीलताही प्राप्त होते.
- आपली झोप आनुवंशिकता, वय, सवय, ऋतू आणि वैयक्तिक प्रवृत्ती, प्राधान्य अशा अनेक जटिल घटकांवर अवलंबून असते. याबाबतीत बायोहॅकिंग म्हणजे झोपेमध्ये व्यत्यय आणणाऱ्या आयुष्यभराच्या वाईट सवयी सोडून देणं आणि रोज रात्री आपल्या

शरीराला पुन्हा नवचैतन्य प्राप्त करून घेण्याची संधी देणं याहून अधिक काही असू शकत नाही.

- पुरेशा झोपेअभावी आपली भावनिक अवस्था, आकलनशक्ती, स्मरणशक्ती आणि एकंदरीत ऊर्जेवर परीणाम होतो. झोप व्यवस्थित झाली तर आपली केवळ विचारप्रक्रिया चांगली होते असं नाही, तर आपण आपल्या भावनांचं नियमन करू शकतो आणि उत्तम ग्रहणशीलता धारण करतो.
- सर्केडिअन लय ही नैसर्गिक, अंतर्निर्मित असं एक 'जैविक घड्याळ' आहे आणि ते झोपणे/जागे होणे यावर आधारीत चोवीस तासांचं चक्र आहे. या चक्राचा परिणाम हार्मोन्सची निर्मिती आणि प्रसरण यांवर होत असल्यामुळे शरीराच्या प्रत्येक प्रणालीवर आणि अवयवांवरही त्याचा परिणाम होत असतो. आपल्या सर्केडिअन लयीवर काम करणं आणि त्यामध्ये सुधारणा करणं ही झोपेच्या आरोग्यासाठीची गुरूकिल्ली आहे.
- तुमच्या आरोग्यासाठी तुम्ही करू शकता अशा सर्वोत्तम आणि सर्वाधिक प्रभावी बदलांपैकी एक म्हणजे नियमित झोपेची सवय लावून घेणं. याचा अर्थ, एका निश्चित वेळी झोपणे आणि निश्चित वेळी उठणे. स्वत:च्या नैसर्गिक लयींकडे लक्ष द्या (आवश्यकता असल्यास झोपेच्या निरीक्षणासाठी विशिष्ट ॲप्स वापरा) आणि नंतर त्यानुसार दिनचर्या निश्चित करा. सुट्टीच्या दिवशी जास्त वेळ झोपणं टाळा. कारण झोपेच्या बाबतीत सातत्य अतिशय महत्त्वाचं आहे.

प्रकरण ६

गाढ झोप काढा

रात्री चांगली विश्रांती हवी असेल तर वातावरणही तसंच चांगलं असणं आवश्यक आहे. त्यासाठी आपल्या झोपायच्या खोलीचं निरीक्षण करा आणि तिथे तुम्हाला चांगली झोप लागण्यासाठी आवश्यक ते बदल करा. त्यानंतर आपण जीवनशैलीतल्या आवश्यक बदलांचा विचार करू; पण सध्या आपण वातावरणावर लक्ष केंद्रित करणार आहोत.

झोपण्यासाठीची वापरण्याची अंधार केलेली, थंड, हवेशीर आणि आरामशीर खोली असेल तर आपल्याला चांगली झोप लागते.

प्रकाश आणि अंधार :

आपल्याला माहीत आहे की, मेलाटोनीन या हार्मोनशी झोपेचा जवळचा संबंध आहे आणि मेलाटोनीनची निर्मिती हे प्रकाशाशी संबंधित आहे. जेव्हा आपल्या ऑप्टिक नसा मेंदूला प्रकाशाचा संकेत पाठवत असतात तेव्हा अजूनही दिवस आहे आणि आपल्याला जागं राहण्याची आवश्यकता आहे, असा अर्थ मेंदूमध्ये घेतला जातो. त्यामुळे मेलाटोनीनच्या उत्पादनामध्ये प्रकाशामुळे, विशेषतः प्रखर बल्ब, दिवसाचा नैसर्गिक प्रकाश आणि संगणकाच्या किंवा स्मार्ट फोनच्या स्क्रीनच्या निळ्या प्रकाशाचा अडथळा

येऊ शकतो. असा प्रकाश आपल्या शरीरांतर्गत घड्याळाला गोंधळात टाकतो (वॉकर, २०१८, व्हाय वुई स्लीप).

यासाठी तुम्ही काय करू शकता? पहिली युक्ती म्हणजे झोपायच्या खोलीमध्ये शक्य तितका अंधार करणे. प्रकाशाच्या स्रोतांपासून दूर राहण्याचा प्रयत्न करा, ते लहान असले तरीही. कारण तेसुद्धा तुमची झोप विस्कळीत करू शकतात. ब्लॅकआउट पडदे हा उत्तम पर्याय आहे, पण जर ते नसतील तर डोळे झाकणारा मास्क वापरा. तो तुम्हाला नको असलेला प्रकाश टाळायला मदत करेल.

झोपायच्या एक तास आधी आपल्या सभोवतालचे दिवे मंद करण्याचा प्रयत्न करा. निळ्या प्रकाशस्रोतांपासून दूर रहा. जर तुम्हाला स्मार्ट फोन किंवा लॅपटॉप वापराचा असेल तर ब्लू लाइट फिल्टर ॲप किंवा प्रोग्राम स्थापित करा. असे प्रोग्राम कधीकधी उपकरणासह मिळतात. त्यामुळे ती उपकरणं बाजूला ठेवल्यावर झोप लागणं शक्य होईल.

तापमान :

आपल्याला थंड खोलीमध्ये चांगली झोप लागते. म्हणून खोलीतलं तापमान कमी करा आणि खोली हवेशीर राहील याची काळजी घ्या. खोली उबदार असण्यापेक्षा पांघरूण आणि कपडे उबदार असणं योग्य. स्वत:साठी योग्य तापमान कोणतं असेल ते बघा आणि उष्णता कमी करण्यासाठी जे शक्य ते करा. पसारा असलेल्या आणि उष्ण तापमान असलेल्या खोलीमध्ये रात्रीची झोप चाळवली जाते.

गॅझेट्स आणि तंत्रज्ञान :

आधी सांगितल्याप्रमाणे, झोपायच्या आधी काही वेळ तुमचे गॅझेट्स दूर ठेवा किंवा निदान प्रकाशाचा प्रभाव कमी करतील असे प्रोग्राम आपल्या उपकरणांमध्ये स्थापित करा. साधारणपणे मनोरंजन करणारे आणि एकंदरीतच लक्ष विचलित करणारे स्रोत तुम्हाला अधिक काळ जागं ठेवत असतात. तुम्ही फेसबुकवर स्क्रोल करत राहता किंवा मांजरांच्या मजेदार चित्रांची मालिका पाहत राहता. यातली समस्या म्हणजे आपली इच्छाशक्ती मंदावते

आणि स्क्रोलिंग थांबवून फोन बाजूला ठेवणं कठीण होतं (कॅम्फोर्स्ट, नाउट्स, दे रायडर अँड अँडरसन, २०१८, टू डेप्लिटेड टो टर्न इन : द रिलेव्हन्स ऑफ एन्ड-ऑफ-द-डे रिसोर्स डेप्लिशन फॉर रिड्युसिंग बेडटाइम प्रोक्रॅस्टिनेशन).

चांगल्या आणि स्वास्थ्यपूरक सवयी लावून घेण्यासाठी आपल्याला झोपायच्या वेळेची किंवा सर्व उपकरणं बंद करण्याची आठवण करून देणारे ॲप्स स्थापित करण्यासारखे उपाय योजणं योग्य ठरेल. त्यामुळे दमलेलं असताना तुम्हाला अशी आठवण ठेवण्यासाठी स्वत:वरच अवलंबून राहावं लागणार नाही.

काही लोकांना ही कल्पना लागू पडणार नाही. त्यांना फक्त वाटेल की, आपल्याला झोपण्याच्या आधी रिकामा वेळ मिळाला आहे. तुमच्या बाबतीत जर असं होत असेल तर तुमच्या वेळापत्रकात झोपण्याच्या आधी थोडा रिकामा वेळ ठेवा. दिवसभरातही न झोपता विश्रांती घेता येईल असा वेळ राखून ठेवा. तेही महत्त्वाचं आहे.

विशिष्ट ॲप्स आणि प्रोग्राम्स दिलेल्या निश्चित वेळी तुमचं इंटरनेट कनेक्शन बंद करतात किंवा तुमची उपकरणं बंद करतात. त्यामुळे तुम्हाला स्क्रोलिंग करणं शक्य होत नाही. जर ती वेळ तुम्हाला महत्त्वाची वाटत असेल तर त्या वेळेच्या उपयोगासाठी निवड करताना सजग रहा.

झोपण्याच्या वेळी तंत्रज्ञान समाविष्ट असलेली कोणतीही उपकरणं न वापरण्याची सवय लावून घ्या आणि त्यातून मिळणाऱ्या उत्तेजनांपासून दूर रहा. वाचन करणे आणि तत्सम काही गोष्टी तुम्हाला झोप सहजतेनं येण्यासाठी उपयोगी ठरू शकतील. मात्र, तुम्ही पुस्तकात रमून जाणारे नसलात तरच.

जिथे अखंडितपणे माहिती पुरवली जाते आणि जिथे तुम्ही न थांबता स्क्रोलिंग करत राहता अशी टिकटॉक, इन्स्टाग्राम आणि फेसबुक यांसारखी अन्य ॲप्स कोणती ते बघा आणि त्या ॲप्सना तुमची झोप बिघडवू देऊ नका.

या गोष्टी तुमच्या झोपायच्या खोलीत ठेवू नका :

झोपेविषयी गांभीर्यानं संशोधन करणाऱ्या संशोधकांनी असं सुचवलं आहे की, तुम्ही तुमच्या झोपण्याच्या खोलीचा किंवा निदान तुमच्या पलंगाचा

उपयोग फक्त झोपण्यासाठीच करायला हवा (वॉकर, २०१८, व्हाय वुई स्लीप). हे नेहमीच शक्य होईल असं नाही, पण अंथरुणावर बसून चित्रपट पाहणं किंवा जेवणं टाळा. यामुळे तुमच्या मेंदूला अंथरुणाचा संबंध फक्त झोपेशी जोडण्याची सवय लावण्यासाठी मदत होते.

शक्य झालं तर तुमची सर्व उपकरणं झोपण्याच्या खोलीबाहेर ठेवा किंवा निदान अंथरुणापासून पटकन हाताला लागणार नाहीत इतक्या अंतरावर ठेवा. मोहाला थोडं दूर ठेवता येईल अशा जागी त्यांना ठेवा. टीव्हीसुद्धा झोपण्याच्या खोलीत ठेवू नका आणि तुमचं लक्ष विचलित करणाऱ्या तिथल्या शक्य तितक्या गोष्टी कमी करा.

झोपेसाठी अंधाराचं महत्त्व किती आहे ते आधीच सांगितलेलं आहे. त्यामुळे लुकलुकणाऱ्या आणि प्रकाश देणाऱ्या कोणत्याही गोष्टी त्या खोलीत न ठेवणं हा चांगला उपाय आहे. त्याबरोबरच आवाज करणाऱ्या गोष्टीही तिथे असू देऊ नका.

जर तुम्ही कामाची जागा आणि विश्रांतीची जागा वेगवेगळी करू शकत असाल तर ते उत्तम ठरेल. कार्यालयासाठी वेगळी जागा असणं चांगलं. प्रत्येकाच्या घरात काम करण्याची वेगळी जागा असू शकत नाही, पण जर तुम्हाला त्याची गरज असेल तर कामाच्या गोष्टी अंथरुणापासून दूर, खोलीच्या कोपऱ्यात एखाद्या टेबलावर ठेवा. झोपण्याच्या वेळी मनात कामाचे विचार येऊ नयेत, कामाचा ताण जाणवू नये म्हणून कामासंबंधीच्या गोष्टी अंथरुणापासून दूर असणं चांगलं. अशा प्रकारे आपल्या झोपायच्या खोलीला केवळ विश्रांतीचीच जागा बनवा.

मेणबत्त्या, उश्या, पुस्तकं, पाणी इत्यादी ज्यांच्यामुळे तुम्हाला शांत वाटेल अशा गोष्टी झोपण्याच्या खोलीत असू द्या. चांगल्या झोपेसाठी खोली आरामदायी, सुखकारक असणं आणि तिथे तुम्हाला निवांतपणा जाणवणं आवश्यक आहे. तुमच्या प्राधान्यक्रमांनुसार त्या खोलीत कमीतकमी वस्तू ठेवा किंवा मनाला आनंद देतील अशा चांगल्या भावनांशी संबंधित गोष्टी ठेवा.

आता एक विवादाचा मुद्दा असा आहे की, तुम्हाला चांगली झोप कधी लागते, तुम्ही एकटे असताना की आपल्या जोडीदाराबरोबर असताना? यासंबंधीचे पुरावे वेगवेगळे आहेत. त्यामुळे तुम्हाला विश्रांती कधी मिळते, याचा विचार करा (रिक्टर आणि अन्य लेखक, २०१८,

टू इन बेड : द इन्फ्लुएन्स ऑफ कपल स्लीपिंग अँड क्रोनोटाइप्स ऑन रिलेशनशिप अँड स्लीप एन ओव्हरव्ह्यू). काही जोडपी आपापल्या वेगळ्या कारणांसाठी वेगवेगळं झोपणं पसंत करतात आणि त्यामुळे त्यांना त्यांच्या झोपेची गुणावत्ता सुधारलेली आढळते, तर काही जोडप्यांना एकत्र झोपणं जास्त आवडतं. आपल्या जोडीदारासह झोपताना तुम्हा दोघांनाही रात्रीची विश्रांती चांगल्या प्रकारे घेता येईल यासाठी काय करायला हवं हे समजून घेणं आवश्यक आहे. त्यासाठी काही मर्यादा आखाव्या लागल्या तर त्यात संकोच करू नका.

थोडक्यात,

- झोपण्याच्या खोलीमध्ये रात्री अंधार असू द्या. प्रकाशाचे छोटे स्रोतही बंद ठेवा.
- सकाळी आणि दिवसभरात नैसर्गिक किंवा प्रखर प्रकाशाचा वापर करा, पण झोपण्यापूर्वी मात्र तो टाळा.
- झोपण्याआधी खोलीतले दिवे मंद करा.
- झोपेच्या वेळेपूर्वी सर्व फोन, संगणक यांसारखी उपकरणं बंद करा. जर तुम्हाला ते शक्य नसेल किंवा तसं करायचं नसेल तर ब्लू लाइट फिल्टर वापरा.
- खोली थंड ठेवा आणि लक्ष विचलित करणाऱ्या गोष्टी तिथे असू देऊ नका. तुम्हाला आणि तुमच्या जोडीदाराला चांगली विश्रांती घेता यावी म्हणून दोघांमध्ये काही गोष्टी ठरवून घ्या.

नैसर्गिक प्रकाशाचं महत्त्व :

मानवी इतिहासाचा विचार करता दीर्घ काळापर्यंत आपल्या सर्केडिअन लयी दिवसाच्या नैसर्गिक प्रकाशानं नियंत्रित केल्या जात होत्या. प्राणी आणि वनस्पतींप्रमाणे दिवस-रात्र या चक्रानुसार जगत होतो. अंधार झाला की झोपत असू आणि दिवस उगवला की जागे होत असू. पण कृत्रिम प्रकाशामुळे त्यात बदल झाला. आपल्याला हवं तर निदान आपल्या शरीराच्या बाबतीत तरी आपण कधीही न संपणारा दिवस निर्माण करू शकतो.

आपण थोडा वेळ जरी कृत्रिम प्रकाशात असलो तरी आपलं शरीर ती वेळ झोपण्याची आहे की जागे होण्याची आहे, हे ठरवण्यासाठी प्रकाशाच्या संकेतांचा वापर करत असतं. प्रकाशाची माहिती मेंदूला प्रामुख्यानं डोळ्यांद्वारे प्राप्त होते. त्या माहितीनुसार आपलं शरीर हार्मोन्सचं प्रमाण ठरवतं आणि न्यूरोट्रांसमीटर निर्माण करतं. रात्रीची झोप सुधारण्यासाठी सकाळच्या वेळी आणि दिवसभरात नैसर्गिक प्रकाशाच्या सान्निध्यात राहणं हा एक चांगला उपाय आहे (फिगेरो आणि अन्य लेखक, २०१७, द इम्पॅक्ट ऑफ डेटाइम लाइट एक्स्पोजर ऑन स्लीप अँड मूड इन ऑफिस वर्कर्स).

सकाळच्या वेळी आणि दिवसभरात प्रकाशाच्या संपर्कात राहिल्यामुळे आपल्या शरीराला सेरोटोनीन नियंत्रित करायला आणि रात्री मेलाटोनीनचं उत्पादन सुधारायला मदत होते. आपल्यामधलं हार्मोन्सचं उत्पादन आपल्या शरीराच्या नैसर्गिक चक्राशी सुसंगत राहण्याकरता आपल्याला नैसर्गिक प्रकाशाची आवश्यकता असते. सेरोटोनीनचं उत्पादन दिवसभर होत राहतं आणि रात्री आपलं शरीर मेलाटोनीन तयार करायला लागलं की सेराटोनीनचं प्रमाण कमी होतं. सेराटोनीनच्या उत्पादनासाठीही मेलाटोनीनचं प्रमाण पुरेसं असणं आवश्यक आहे. याचा अर्थ असा की, रात्रीच्या झोपेची गुणवत्ता सूर्यप्रकाशाशी जोडलेली आहे (फिगेरो आणि अन्य लेखक, २०१७, द इम्पॅक्ट ऑफ डेटाइम लाइट एक्स्पोजर ऑन स्लीप अँड मूड इन ऑफिस वर्कर्स).

कोर्टीसोल हे आणखी एक असं हार्मोन आहे जे शरीराच्या नैसर्गिक चक्राशी सुसंगत नसेल तर त्याचा परिणाम आपल्या झोपेवर होतो. सकाळच्या वेळी कोर्टीसोलची पातळी अधिक असणं आवश्यक असतं, पण संध्याकाळी नाही. कोर्टीसोलचंही नियमन नैसर्गिक प्रकाशाद्वारे केलं जातं.

याचा व्यावहारिक अर्थ काय? तर आपण सकाळी आणि दिवसभरात सूर्यप्रकाशाशी संपर्क वाढवणं आवश्यक आहे. सकाळी जाग आल्यावर शक्य तितक्या लवकर सूर्यप्रकाशात जाण्याचा प्रयत्न करा. दिवसा बाहेर फिरा आणि सूर्यप्रकाशाचा लाभ घ्या. आपले डोळे सूर्यप्रकाशाच्या संपर्कात आहेत याची खात्री करा. प्रकाश नियंत्रित स्वरूपात डोळ्यांपर्यंत पोहोचवण्यासाठी फिल्टर, उन्हाचे चश्मे किंवा अन्य कोणत्याही प्रकारचे चश्मे यांचा वापर करा. सकाळी आणि दिवसभरात सूर्यप्रकाश तुमच्या चेहऱ्यावर येऊ द्या.

पण बाहेर ढगाळ वातावरण असेल तर काय होतं? काहीही फरक पडत नाही. वातावरण ढगाळ असलं तरी सूर्यप्रकाश असातोच. म्हणूनच एखाद्या दिवशी जरी स्वच्छ सूर्यप्रकाश नसला तरीही तुम्ही थोडा वेळ बाहेरच्या वातावरणात असायला हवं. कारण आपल्याला वाटत नसलं तरी ढगांमधून सूर्यप्रकाश झिरपत असतो.

काही लोकांची परिस्थिती अगदी कठीण असते. जर सूर्यप्रकाशाची कमतरता असलेल्या ठिकाणी, विशेषत: हिवाळ्यात जिथे सूर्य लवकर मावळतो अशा ठिकाणी तुम्ही राहत असाल तर तुम्ही सकाळी घर सोडाल तेव्हाही अंधार असेल आणि कामानंतर घरी परत याल तेव्हाही अंधारच असेल. अशा वेळी तुम्ही काय करू शकता? शक्य असेल तर दुपारच्या जेवणाच्या वेळी कामाच्या ठिकाणाहून बाहेर या. जर ते शक्य नसेल किंवा पुरेसं नसेल तर अन्य पर्यायांचा विचार करा. तात्कालिक नैराश्यावर उपचार करण्यासाठी (सूर्यप्रकाशाच्या कमतरतेसाठीसुद्धा) विशेष प्रकारचे दिवे आणि बॉक्सेस आहेत जे तुमच्यासाठी नैसर्गिक प्रकाशाचा आभास निर्माण करतात.

सकाळी आणि दिवसभरात प्रकाशाचा लाभ घ्या! त्यामुळे तुम्हाला रात्री छान झोप लागण्यासाठी मदत होईल.

जीवनशैलीतील बदल :

आपल्या आसपासच्या पर्यावरणातले बदल आपल्या झोपेचं वेळापत्रक नीट चालू देण्यासाठी सहायक ठरून तुम्ही आणि तुमची झोप यांत काही विघ्न येणार नाही याची खात्री करून देतात. पण काही वेळा, विशेषत: जर तुमच्या लक्षात आलं की, कॅफीन किंवा अल्कोहोलसारखे काही घटक तुमच्या झोपेच्या गुणवत्तेवर मोठा परिणाम घडवून आणत आहेत तर आपल्या जीवनशैलीतही काही बदल करणं उपयुक्त ठरू शकतं.

आहार आणि पूरक आहार :

काही पदार्थ झोपेच्या गुणवत्तेवर परिणाम करतात. चेरी, दूध, किवी, चरबीयुक्त मासे इत्यादी पदार्थ दिवसभरात खाल्ले तरीही झोपेची गुणवत्ता सुधारण्यासाठी सहायक ठरतात. पण त्यासंबंधीचे निष्कर्ष अजूनही प्राथमिक

स्वरूपात उपलब्ध आहेत (सेंट ओंज, मिटीक अँड पिएत्रोलुंगो, २०१६, इफेक्ट्स ऑफ डाएट ऑन स्लीप क्वालिटी).

झोपेमध्ये व्यत्यय आणणाऱ्या घटकांचे परिणाम चांगल्या प्रकारे सांगितले गेले आहेत. कॅफीन आणि कॅफीनचा समावेश असलेली पेये, विशेषत: कॉफी, ब्लॅक टी आणि चॉकलेट यांच्या सेवनाचा परिणाम झोपेवर बारा तासांपर्यंत टिकू शकतो. त्यामुळे झोपेच्या किमान सहा तास आधी कॉफी टाळायला सांगितली जाते आणि जर तुम्हाला झोप न येण्याची समस्या असेल तर दुपारनंतर कॉफी घेऊच नका. अल्कोहोलमुळे झोप येऊ शकते, पण ते नैसर्गिक झोपेच्या चक्रात व्यत्यय आणते. म्हणून झोप यावी यासाठी अल्कोहोल घेणं योग्य नाही. काही पूरक आहार झोपेसाठी उपाय म्हणून सादर केले जातात, पण त्यातल्या अनेक पदार्थांविषयी उपयोगितेचे पुरावे उपलब्ध नाहीत. चरबीयुक्त माशांप्रमाणेच ओमेगा-३ याचीही मदत होऊ शकते, पण मोठमोठी आश्वासनं देणाऱ्या पूरक आहाराविषयी चिकित्सक राहणं आवश्यक आहे. विशेषत: झोपेच्या समस्येवर औषधोपचार चालू असतील तर डॉक्टरांच्या सल्ल्याशिवाय असा कोणताही आहार घेणं, अगदी दुकानात विकलं जाणारं मेलाटोनीनसुद्धा घेणं योग्य नाही. कारण यातल्या काही औषधांचे अनपेक्षित परिणाम दीर्घ काळ राहू शकतात.

आहारातले काही बदल तुमची झोप सुधारू शकतात. पण ते मुख्य बदल नाहीत तर सहायक ठरणारे बदल असतात. तुम्ही पूरक आहार आणि औषधं घेऊ शकता, पण ते सावधानतेनं आणि योग्य देखरेखीखाली घ्या.

व्यायाम :

दिवसा व्यायाम केल्यामुळे रात्रीची झोप सुधारू शकते. दिवसा क्रियाकलापांमध्ये वाढ केल्यामुळे लोकांना रात्री झोप चांगली लागते आणि व्यायामाला तर निद्राविकारांसाठी संभाव्य उपचार मानलं गेलं आहे. झोप आणि व्यायाम यांच्यात परस्परपूरक संबंध आहे. कारण व्यायामामुळे झोप चांगली लागते आणि झोप चांगली झाली की सक्रिय राहणं शक्य होतं (क्लाईन, २०१४, द बायडिरेक्शनल रिलेशनशिप बिटवीन एक्झरसाइज अँड स्लीप : इम्प्लिकेशन्स फॉर एक्झरसाइज अधरन्स अँड स्लीप इम्प्रूव्हमेंट). व्यायामाचे जास्तीतजास्त फायदे मिळवण्यासाठी व्यायामाचं सत्र सकाळच्या

वेळी किंवा दिवसाच्या सुरुवातीला निश्चित करा. झोपण्यापूर्वी तीन तास व्यायाम करू नका. कारण त्यामुळे झोप लागण्यात व्यत्यय येतो.

ताण आणि विश्रांती :

ताणाचा परिणाम झोपेवरही होऊ शकतो. त्यामुळे आपल्याला सर्वाधिक विश्रांती आणि अधिक लाभ देणारी गाढ झोप आणि REM झोप कमी होते (किम अँड डिम्सडेल, २००७, द इफेक्ट ऑफ सायकॉलॉजिकल स्ट्रेस ऑन स्लीप : अ रिव्ह्यू ऑफ पॉलीसोम्नोग्राफिक एव्हिडन्स).

ताण कमी करणं आणि ध्यानधारणा किंवा विश्रांती घेण्याचा सराव करण्यामुळेही झोपेची गुणवत्ता सुधारू शकते.

झोपण्यापूर्वी मनाला आराम वाटेल अशा गोष्टी करा : वाचन, गरम पाण्यानं अंघोळ, आवाज होणार नाही असा एखादा छंद, चित्रकला, नोंदी लिहून ठेवणं इत्यादी. अंथरुणावर पडल्यावर कशाचीही काळजी करत राहू नका. जर झोप येत नसेल तर उठा आणि आवाज होणार नाही अशी एखादी गोष्ट करत रहा. मग झोप आली की झोपा.

डुलकी घेणं :

डुलकी घेणं हा आणखी एक वादग्रस्त मुद्दा आहे. एखाद्या व्यक्तीला झोपेची काहीही समस्या नसेल, पण एखाद्या रात्री पुरेशी झोप मिळाली नसेल तर दिवसभरामध्ये वेळ मिळेल तेव्हा एखादी डुलकी घेण्यामुळे त्या व्यक्तीच्या भावनिक संतुलनामध्ये आणि ग्रहणशीलतेच्या क्षमतेमध्ये लक्षणीय फायदे दिसून येतात (मिलनेट अँड कोट, २००९, बेनिफिट्स ऑफ नॅपिंग इन हेल्दी एडल्ट्स : इम्पॅक्ट ऑफ नॅप लेंथ, टाइम ऑफ डे, एज अँड एक्सपेरिअन्स विथ नॅपिंग). जे लोक पहिल्यांदाच झोपेचं वेळापत्रक अमलात आणत आहेत किंवा ज्यांना रात्रीची झोप घेण्यात समस्या आहेत, त्यांनी दिवसा डुलकी घेणं टाळायला हवं.

दिवसा डुलकी घेण्यामुळे रात्री झोप लागण्यात समस्या निर्माण होऊ शकते. जर तुम्हाला झोप लागण्यात अडचणी येत असतील किंवा तुम्ही झोपेचं वेळापत्रक कसोशीनं पाळण्याचा प्रयत्न करत असाल तर दिवसा डुलकी काढणं टाळून दिवसभर जागं राहणं उत्तम ठरेल. पण ज्या दिवशी

तुम्हाला पुरेशी विश्रांती मिळाली नसेल त्या दिवशी डुलकी घेण्याचा पर्याय आरामदायक आणि सहायक ठरतो.

झोपेपूर्वीची दिनचर्या तयार करा :

लहान मुलांना वेळेत गोष्टी आवरायला लावून आणि त्यांनी विरोध न करता त्यांना रोज निश्चित वेळी झोपायला लावण्याचं महत्त्व किती आहे हे कोणीही पालक सांगू शकेल. पण हीच दिनचर्या प्रौढांसाठीही खूपच उपयुक्त आहे आणि त्यांच्या झोपेची गुणवत्ता सुधारण्यासाठी सहायक आहे.

रोज झोपण्यापूर्वी काय करायचं, याचा क्रम तुम्ही ठरवू शकता. असं करण्याचे अनेक फायदे असतात. त्यामुळे तुम्हाला झोप लागणं सहज शक्य होईल आणि रोजच झोपेची गुणवत्ता एकसारखी राखण्यासाठी मदत होईल. कारण रोज एखादी निश्चित गोष्ट करून मग झोपायचं असं ठरवलं असेल तर रोज रात्री त्याच वेळी तुम्ही काम थांबवता आणि त्यामुळे झोप लागणं सोपं होतं.

रात्रीच्या नित्यकर्माची सुरुवात काही आरामदायक क्रियाकलापांनी होऊ शकते. ज्यामध्ये खूप जास्त हालचाल अपेक्षित आहे अशा गोष्टी टाळा. वाचन, ध्यानधारणा, नोंदी लिहिणे किंवा अन्य लेखन करणे, कुटुंबीयांशी गप्पा मारणे अशा मनाला शांतवणाऱ्या गोष्टींवर भर द्या. तुम्हाला अधिकाधिक आराम मिळवून देतील, शांत करतील आणि झोपेसाठी तयार करतील अशा गोष्टी शोधा. तुम्हाला शांत वाटायला मदत करणारे शेकडो ॲप्स आणि स्रोत आहेत. उदाहरणार्थ, छानशी कथा ऐकवणारे, ध्यानधारणा सांगणारे, शांत संगीत ऐकवणारे, निसर्गातले आवाज, मनाला शांत वाटेल असे आवाज इत्यादी ऐकवणारे ॲप्स आहेत. ज्यामुळे तुम्हाला चांगली झोप लागायला मदत होईल असे पॉडकास्ट, प्लेलिस्ट आणि ॲप्स तुम्ही शोधू शकता.

झोपण्यापूर्वी गरम पाण्यानं अंघोळ करणं हासुद्धा एक चांगला उपाय आहे. कारण त्यामुळे बराच आराम मिळतो आणि शरीराचं तापमान थंड होण्यासाठी मदत होते, ज्यामुळे तुम्हाला झोप येणं सोपं होतं.

संध्याकाळी दिवे मंद राहतील याची काळजी घ्या. झोपण्यापूर्वी करण्याची आणखी एक धोरणात्मक गोष्ट म्हणजे तुम्हाला जागं ठेवेल असा

प्रत्येक विचार लिहून काढणे. विशेषत: तुमची प्रवृत्ती चिंता करत राहण्याची असेल तर जेव्हा तुम्ही ते विचार कागदावर उतरवता तेव्हा त्यांच्यापासून वेगळं होणं तुमच्यासाठी सोपं होतं.

काही छोट्याशा गोष्टीही तुमच्या आसपासच्या वातावरणात बदल घडवू शकतात. उदाहरणार्थ, खोली हवेशीर करण्यासाठी खिडकी उघडा, उश्यांची छान रचना करा, पायजमा तयार ठेवा. जर तुम्हाला ब्लॅक आउट पडदे मिळाले नाहीत तर डोळ्यांवरचा मास्क वापरून तुम्ही झोपेची गुणवत्ता वाढवू शकता. डोळ्यांवर मास्क चढवणे म्हणजे आजूबाजूच्या जागत्या जगापासून स्वत:ला दूर करून झोपेसाठी सज्ज होण्याचा उत्तम उपाय आहे.

एखादा दिवस झोप लागतच नाही. ठीक आहे, त्याचा ताण घेऊ नका आणि रात्रभर कूस बदलत विचार करत राहू नका. त्याऐवजी काही वेळ अंथरुणावर पडल्यानंतर उठा आणि मंद प्रकाशामध्ये तुमच्या मनाला शांत करतील अशा तुमच्या आवडीच्या गोष्टी झोप येईपर्यंत करत रहा.

झोपण्याच्या वेळेपूर्वी एखादी गोष्ट विधिपूर्वक करणं निश्चित केलं असेल तर ती केल्यावर तुमचं शरीर झोपेसाठी तयार होतं आणि मेलाटोनीनसारखे आवश्यक हार्मोन्स निर्माण होऊ लागतात.

असे विधी दररोज रात्री एकाच निश्चित वेळी झोपण्याची सवय लावतात आणि तुम्ही असं आठवडाभर रोज नियमितपणे केलं तर रात्री मनोरंजक कार्यक्रम बघत राहणं किंवा झोप पुढे ढकलणं कमी होत जाईल.

सकाळी उठण्याची पद्धतही ठरवून घ्या :

सकाळच्या वेळी आपण काळजी घेतली नाही तर झोपेचं वेळापत्रक पाळण्याचा आपला हेतू खिडकीबाहेर फेकला गेलाच म्हणून समजा. सकाळी उठताना थोडा वेळ जास्त झोपावंसं वाटत आणि तो वेळ खूप वाढत जातो. यावर मात करण्यासाठी उत्तम उपाय म्हणजे सकाळी उठल्यावर करण्याच्या काही आनंददायी आणि प्रभावी गोष्टी ठरवून ठेवणं.

सकाळी उठल्यावरचे निश्चित क्रियाकलापही रात्री झोपताना करण्याच्या क्रियाकलापांसारखंच काम करतात. ते तुमच्या शरीराला दिवसभरासाठी सज्ज करतात आणि तुम्हाला कामाला जायचं नसेल त्या दिवशीही झोपेचं वेळापत्रक नियमित पाळण्यासाठी सहायक ठरतात.

सकाळच्या निश्चित क्रियाकलापांमुळे मिळणारा पहिला फायदा म्हणजे तुम्हाला मिळणारा भरपूर सूर्यप्रकश. नैसर्गिक प्रकाशामुळे तुमचं शरीर जागं होतं. जर तुम्हाला नैसर्गिक प्रकाशात जाता येत नसेल तर तुमच्या खोलीतले दिवे लावल्यामुळेही तो परिणाम साधता येतो. त्यामुळे जागं झाल्यावर आपण जागेच राहू यासाठी भरपूर प्रकाशात राहू याची काळजी घ्या.

त्यासाठी सकाळी आनंददायी कार्यकलापांचं एक वेळापत्रक ठरवून घ्या. मग त्यात व्यायाम असेल, ध्यानधारणा असेल, स्वादिष्ट नाश्ता असेल किंवा काही वेळ वाचन, लेखन किंवा काही मजेदार गोष्ट करणं असेल; ज्यामुळे तुम्हाला अंथरुणातून बाहेर येण्यासाठी प्रोत्साहन मिळेल.

गरम किंवा थंड पाण्यानं अंघोळ केल्यामुळेही तुम्हाला ताजंतवानं वाटेल आणि तुम्ही दिवसासाठी सज्ज व्हाल. तुम्ही प्राणायाम, ध्यानधारणा करू शकता किंवा हलका व्यायामही करू शकता. त्यामुळे रक्त संचारण सुरळीत होईल.

सकाळची वेळ कठीण वाटू शकते. झोप पूर्ण न झाल्यावर जसा थकवा येतो तसा जर तुम्हाला रोज सकाळी जाणवत असेल तर त्याचा अर्थ तुम्हाला पुरेशी विश्रांती मिळत नाही किंवा एखाद्या गोष्टीमुळे तुमच्या झोपेत व्यत्यय येत आहे, विशेषत: जर तुम्हाला आठ तास झोप घेऊनही सकाळी झोपाळल्यासारखं वाटत असेल तर. सकाळच्या वेळी काही निश्चित कार्यकलाप ठरवले तर त्यासाठी म्हणून तुम्ही सहजतेनं आणि आनंदानं वेळेत उठता. त्याबरोबरच आता सकाळ झाली आहे आणि ही वेळ उठून दिवसभरासाठी सज्ज होण्याची आहे हे तुमच्या शरीरांतर्गत जैविक घड्याळाला समजायला मदत होते.

जर तुम्ही सकाळी लवकर उठलात तर रात्री झोपही लवकर लागते. पण त्यासाठी अगदी पहाटे उठवणारच नाही अशा वेळी जबरदस्तीनं उठायची आवश्यकता नाही. सकाळी उठण्यासाठी स्वत:ला योग्य अशी वेळ ठरवा आणि झोपेची वेळ जशी पाळायची आहे तशीच सकाळी उठायचीही वेळ पाळा.

जेव्हा तुम्ही तुमच्या झोपेच्या चक्रावर नियंत्रण मिळवत असता, तेव्हा त्यासाठी शक्य होतील अशा आणि सिद्ध झालेल्या पद्धती वापरणं योग्य आहे. या पद्धती रोचक नसल्या तरी तुमची झोपेची गरज पूर्ण करण्याची अतिरेकी वचनं देणाऱ्या उपायांपेक्षा चांगले ठरतात. आपल्या शरीराला

विश्रांती मिळणं अतिशय आवश्यक आहे. त्यामुळे त्याकडे दुर्लक्ष होणार नाही याची काळजी घ्यायला हवी. कारण निद्रानाशासारखे विकार केवल त्रासदायकच नसतात, तर आरोग्यासाठी अतिशय धोकादायक ठरू शकतात. या अखेरच्या भागात आपण झोपेविषयीची मिथकं आणि कल्पना जाणून घेणार आहोत आणि त्यांच्यापासून दूर राहणार आहोत.

तुम्हाला दिवसभरात चार तास तासांची किंवा त्याहून कमी झोप पुरते का?

नाही. सुरळीत झोपेचं वरदान लाभलेले काही लोक वगळता बहुतेक प्रौढांना कमीतकमी सात तास झोप आवश्यक असते, तर काहींना त्याहून जास्त वेळ झोप लागते. पण सगळीकडे पसरत असलेल्या एका मिथकानुसार तुम्ही तुमच्या शरीराला फक्त चार तास झोप घेण्याची सवय लावू शकता किंवा त्यातही बदल करून ते तास रात्रीत आणि दिवसामध्ये बसवू शकता.

झोपेविषयी आपल्याला जे काही माहीत आहे ते या कल्पनेशी सुसंगत नाही. तुम्ही तुमच्या शरीराची झोपेची गरज बदलू शकत नाही. एकमेव मार्ग म्हणजे झोपेची गुणवत्ता सुधारण्याचा प्रयत्न करणे. फक्त चार तासांची झोप घेणं हे हानिकारक आहे आणि त्यामुळे झोपेची गरज बदलत नाही. उलट त्यामुळे आपण चर्चिलेले सर्व नकारात्मक परिणाम आपल्यावर होऊ शकतात आणि आरोग्याच्या गंभीर समस्या उद्भवू शकतात. जर तुम्हाला जास्त झोप घेण्याची गरज असेल तर तुम्ही स्वत:ला कमी झोप घेणं शिकवू शकत नाही.

एक गोष्ट लक्षात ठेवायला हवी की, झोपेच्या कमतरतेच्या परिणामांची सवय स्वत:ला लावून घेणं आणि ते सामान्य मानणं शक्य आहे. पण दीर्घ काळापर्यंत तसंच चालू ठेवणं चांगलं नाही. आपल्याला कधीकधी काटेकोर वेळापत्रक सांभाळणं कठीण होतं. त्यामुळे स्वत:साठी योग्य ठरेल असं वेळापत्रक तयार करणं आवश्यक आहे.

डुलक्या घेऊन मी माझ्या झोपेची कमतरता भरून काढू शकेन का? :

डुलकी आल्यामुळे आपली झोप पुरी झालेली नाही हे समजायला मदत होते. पण ती तुकड्यातुकड्यांनी घेणं हा दीर्घकालीन उपाय ठरू शकत

नाही. आपल्या झोपेचं एक निश्चित चक्र असतं आणि आपल्या शरीराला प्रत्येक चक्राचा अनुभव घेण्यासाठी काही वेळ देणं आवश्यक असतं. रात्रीच्या वेळी जास्तीतजास्त झोप घेण्याचा प्रयत्न करणं योग्य. डुलकी घेण्याचा फायदा होऊ शकतो, पण झोपेच्या सततच्या कमतरतेवरचा उपाय म्हणून ते योग्य ठरत नाही. साधारणपणे असं मानलं जातं की, १५ ते ४५ मिनिटं डुलकी घेणं चांगलं असतं. त्यामुळे तुमचा मंदावलेपणा जाऊन तुम्ही ताजेतवाने होता.

माझ्या झोपेची कमतरता भरून काढण्यासाठी सुट्टीच्या दिवशी मी जास्त झोप घेणं योग्य आहे का? :

जर तुम्हाला झोपेची कमतरता क्वचितच जाणवत असेल तर तुम्ही सुट्टीच्या दिवशी जास्त झोपू शकता. पण तो दीर्घ काळासाठीचा चांगला उपाय ठरू शकत नाही. एकच दिवश जास्त वेळ झोपून तुम्ही आठवडाभराच्या झोपेची कमतरता भरून काढू शकत नाही. झोपेचं वेळापत्रक दररोज, अगदी सुट्टीच्या दिवशीही पाळणं ही चांगली गोष्ट आहे. कारण झोपण्याची आणि उठण्याची वेळ बदलल्यामुळे तुमचं शरीरांतर्गत घड्याळ आणि सर्केडिअन लय यात खरोखरच बिघाड होऊ शकतो.

झोपेच्या गोळ्या :

झोपेच्या गोळ्या अनेक उपयुक्त कार्य करतात. वैद्यकीय देखरेखीखाली अशा गोळ्या घेतल्यामुळे तुमचं झोपेचं वेळापत्रक सुरळीत करण्यासाठी, कठीण काळ पार करण्यासाठी किंवा निद्रानाशासमान समस्या दूर करण्यासाठी मदत होते. पण अशी अनेक कारणं आहेत ज्यामुळे झोपेच्या गोळ्या घेणं, हा उपाय सर्वांसाठी योग्य नाही.

झोपेच्या काही गोळ्या अशा प्रकारच्या असतात की, त्या योग्य सल्ल्याशिवाय वापरल्या गेल्या, तर नंतर माणसाला त्या गोळ्यांशिवाय झोप लागू शकत नाही. अन्य प्रकारच्या गोळ्यांमुळे काही अनुचित परिणाम होऊ शकतात. उदाहरणार्थ, संज्ञानात्मक क्षमता गमावणे, समन्वयाचा अभाव, चक्कर येणं इत्यादी. यामुळे आपल्या दैनंदिन जीवनात अडथळे येऊ शकतात

(फिट्झगेराल्ड अँड व्हिएट्री, २०१५, रेसिडिअल इफेक्ट्स ऑफ स्लीप मेडिकेशन्स आर कॉमनली रिपोर्टेड अँड असोसिएटेड विथ इम्पेअर्ड पेशंट-रिपोर्टेड आउटकम्स अमंग इन्सोम्निया पेशंट्स इन द युनायटेड स्टेट्स). झोपेच्या गोळ्यांचा आणि अगदी दुकानात मिळणाऱ्या मेलाटोनीनसारख्या पर्यायांचा वापर काळजीपूर्वक आणि संबंधित तज्ज्ञांच्या देखरेखीखाली केला पाहिजे. त्यामुळे त्यांच्या नकारात्मक परिणामांचं प्रमाण कमीतकमी राखण्यासाठी मदत होईल.

काही बाबतींमध्ये झोपेच्या गोळ्या महत्त्वाच्या आणि उपयुक्त असतात. पण झोपेच्या व्यवस्थापनासाठी अशा औषधोपचारांशिवाय आखलेल्या योजना अधिक काळ चालू शकणाऱ्या आणि कमीतकमी दुष्परिणाम करणाऱ्या असू शकतात.

सिद्ध न झालेल्या युक्त्या :

काही युक्त्या आणि कल्पना मोठ्या प्रमाणावर पसरवल्या जात असल्या किंवा सामान्य ज्ञान म्हणून एकमेकांना सांगितल्या जात असल्या, तरीही त्यांच्यामध्ये काहीच तथ्य नसतं. रात्री गाढ झोप मिळवण्याच्या प्रयत्नांमध्ये अशा मिथकांचा वापर करणं योग्य नाही.

एक तथ्यहीन सर्वसाधारण कल्पना म्हणजे अल्कोहोल घेतल्यामुळे चांगली विश्रांती मिळते. अल्कोहोलमुळे तुम्हाला झोप येऊ शकते, पण त्यामुळे तुमच्यामध्ये खोलवर झोप साठून राहते आणि परिणामत: दुसऱ्या दिवशी तुम्हाला थकल्यासारखं वाटतं.

आणखी एक मिथक म्हणजे आठ तास महत्त्वाचे आहेत, मग ते दिवसातले असले तरी चालतील. प्रथमत: ते तास रात्रीच्या तासांची जागा घेऊ शकत नाहीत. दिवसाची झोप रात्रीच्या झोपेची कमतरता भरून काढू शकत नाही. शिवाय, दिवसा आपल्याला पुरेशी विश्रांती मिळत नाही आणि रात्रीच्या वेळी झोप न आल्यामुळे जागं राहण्यानं आपल्या शरीराला त्रास होतो, जे शिफ्ट कामगारांच्या बाबतीत दिसून येतं. रात्रीच्या वेळी झोप घेतल्यामुळे किंवा जास्तीतजास्त वेळा रात्रीच झोप घेतल्यामुळे आपल्याला आपल्या शरीराच्या सर्केडिअन लयीशी सुसंगत राहण्यासाठी मदत होते. रात्रीच्या झोपेची कमतरता दिवसा झोपून किंवा डुलकी घेऊन भरून काढता

येत नाही. तुम्ही स्वत:ला रात्रभर जागं राहण्याचं प्रशिक्षणही देऊ शकत नाही (रॉबिन्स आणि अन्य लेखक, २०१९, स्लीप मिथ्स : ॲन एक्सपर्ट-लेड स्टडी टू आडेंटीफाय फॉल्स बिलिफ्स अबाउट स्लीप दॅट इम्पिंज अपॉन पॉप्युलेशन स्लीप हेल्थ प्रॅक्टिस).

सुट्टीच्या दिवशी जास्त झोप घेणं ही आपल्या झोपेच्या चक्राला पुन्हा सुरळीत करण्यासंबंधीचा आणखी एक अयशस्वी ठरणारा उपाय आहे. सुट्टीच्या दिवशी जास्त वेळ झोपून राहण्याऐवजी झोपेचं वेळापत्रक संपूर्ण आठवडाभर कसोशीनं पाळण्याचा सल्ला तज्ज्ञांनी दिलेला आहे, जरी ते पाळणं कठीण वाटत असलं तरीही! (रॉबिन्स आणि अन्य लेखक, २०१९, स्लीप मिथ्स : ॲन एक्सपर्ट-लेड स्टडी टू आडेंटीफाय फॉल्स बिलिफ्स अबाउट स्लीप दॅट इम्पिंज अपॉन पॉप्युलेशन स्लीप हेल्थ प्रॅक्टिस).

हेसुद्धा लक्षात घ्यायला हवं की, थकल्यावर जागं राहण्यासाठी आपण वापरत असलेल्या अनेक युक्त्या तितक्या प्रभावी ठरत नाहीत. विशेषत: तुम्ही गाडी चालवत असलात तर हे लक्षात ठेवायला हवं. थंड पाणी, ताजी हवा आणि रेडिओचा आवाज तुम्हाला जागं ठेवण्यासाठी फारशी मदत करणार नाही आणि डोळ्यांतली सूक्ष्म झोप रोखू शकणार नाही. झोपेविना घालवलेल्या काही रात्रींमुळे होणाऱ्या परिणामांसह गाडी चालवण्यातला खरा धोका हाच आहे.

आणखी एक सर्वसामान्य समस्या म्हणजे स्नूझ बटण. ते बटण दाबून पुन्हा झोपी जाणं सुखकारक वाटू शकतं, पण असं तुकड्यातुकड्यांत झोप घेत राहणं हे स्वत:ला जास्त वेळ झोपू देण्यापेक्षाही वाईट ठरू शकतं. कारण त्यामुळे परिस्थिती आणखी वाईट होते.

एकंदरीत, झोपेसंबंधीच्या 'क्रांतिकारी' युक्त्यांपासून सावध रहा. कारण त्यामुळे तुमच्या झोपेचं वेळापत्रक दुरुस्त होण्यापेक्षा नुकसानच जास्त होत असतं. झोपण्याच्या आणि उठण्याच्या वेळा, व्यायाम, आपल्या आसपासच्या पर्यावरणातले बदल इत्यादी निश्चित करून बायोहॅकिंग करणं फारसं रोमांचक वाटत नसलं तरी त्या प्रक्रियेमुळे आपल्या आरोग्याशी तडजोड न करता आपल्याला हवे असलेले परिणाम मिळण्याची खात्री असते.

झोप का आणि कशी कार्य करते, हे समजून घेतल्यानं आपल्याला रात्रीच्या चार तास झोपेवर का जगता येत नाही किंवा स्वत:च्या शरीराला

कमी झोप घेऊनही चांगलं काम करण्यासाठी का तयार केलं जाऊ शकत नाही, हे कळायला मदत होते. धकाधकीची जीवनशैली आणि सामाजिक मागण्यांच्या रेट्यामुळे उत्पादकता वाढवण्यासाठी आणि अन्य गोष्टी मिळवण्याच्या धडपडीसाठी झोपेचा बळी दिला जातो. पण वास्तविकता ही आहे की, अन्य गोष्टींना आपल्या विश्रांतीपेक्षा अधिक प्राधान्य दिल्यामुळे आपलं शारीरिक आणि भावनिक नुकसान होण्याची शक्यता असते. त्याबरोबरच अन्य काही गोष्टी करण्याची, विशेषत: चांगल्या प्रकारे करण्याची आपली क्षमताही धोक्यात येऊ शकते.

झोपेची कमतरता असलेल्या अवस्थेत दीर्घ काळ राहणं हे आपण आपल्या दिनचर्येचा एक भाग म्हणून स्वीकारलेलं असलं तरीही ते केवळ हानिकारकच नाही, तर आपल्या कामांच्या बाबतीत असमाधानकारक आणि कठीणदेखील आहे. झोप सगळं काही बदलू शकते आणि अनपेक्षितपणे आपली जीवनशैली सुधारते, जीवनाच्या विविध पैलूंसाठी असंख्य सकारात्मक परिणामांसह कार्य करते.

सारांश :

- झोपेचं प्रमाण कमी करण्यापासून मध्यम करण्यासाठी अनेक उपाय आहेत.
- त्यासाठी पर्यावरणीय बदलांमध्ये तुमच्या शरीराच्या नैसर्गिक प्रकाशावर कार्यान्वित होणाऱ्या लयीसह काम करणं समाविष्ट आहे. म्हणजेच जाग आल्यावर नैसर्गिक प्रकाशाच्या संपर्कात येणं आणि सामान्य सर्केडिअन लय वाढवण्यासाठी किंवा त्यातला व्यत्यय टाळण्यासाठी कृत्रिम प्रकाश टाळणं. तापमान असलेलं, तुलनेनं कमी गोंगाट असलेलं, त्याबरोबरच झोपेमध्ये व्यत्यय आणणारी, तणाव वाढवणारी किंवा लक्ष विचलित करणारी अशी प्रखर उजेडाची उपकरणं नसलेलं वातावरण झोपेसाठी आदर्श आहे.
- अंथरुणात असलं की झोपायचं, अशी सवय मेंदूला लावण्यासाठी अंथरुणात असताना झोपण्याव्यतिरिक्त अन्य काहीही करू नका. अंथरुणावर बसून टीव्ही पाहू नका, काम करू नका आणि समाजमाध्यमांवर ब्राऊजही करू नका. जर झोप येत नसेल तर

अंथरुणातून उठा. त्यामुळे अंथरूण आणि निद्रानाश असा संबंध जोडला जाणार नाही.

- जीवनशैलीतील बदलांमध्ये चांगल्या झोपेसाठी आहारामध्ये बदल करणं आणि व्यायामाची सवय लावून घेणं आवश्यक आहे. उदाहरणार्थ, झोपेच्या वेळेपूर्वी कॉफी, अल्कोहोल सेवन किंवा व्यायाम करणं टाळावं. दिवसभर विश्रांती तंत्राचा सराव करा, पण दररोज झोपण्याच्या आधी निश्चित गोष्टी (वाइंड-डाउन) करण्याचीही सवय लावून घ्या. त्यासाठी आपल्या दिनचर्येमध्ये सकाळी उठतानाही आरोग्यपूर्ण असे काही निश्चित कार्यकलाप असू शकतात. डुलकी घेणं ठीक आहे, पण ते प्रत्येकासाठी योग्य असू शकत नाही. जर डुलकी घेण्यामुळे तुमच्या सामान्य झोपेच्या वेळापत्रकात व्यत्यय येत असेल तर ते टाळा.
- स्वास्थ्यवर्धक झोपेविषयी स्वत:ला शिक्षित करा आणि लोकप्रिय मिथकांकडे दुर्लक्ष करा. उदाहरणार्थ, आपण केवळ चार तास झोप घेऊनही कोणताही वाईट परिणाम न होऊ देता काम करू शकतो. वैयक्तिक स्तरावर अनेक मतमतांतरं असली तरी बहुतेक लोकांना सुमारे सात ते आठ तासांची झोप आवश्यक असते. सुट्टीच्या दिवशी डुलक्या घेऊन किंवा जास्त वेळ झोपून तुम्ही आठवडाभराच्या झोपेची कमतरता भरून काढू शकत नाही. त्याऐवजी शक्य तितक्या लवकर निरोगी दिनचर्येचं पालन सुरू करा. याचा उपाय म्हणजे तडजोड न करता पुन्हा थेट दिनचर्या सुरू करणं.
- झोपेच्या गोळ्या घेणं हा क्वचित करण्याचा आणि तात्पुरता उपाय असू शकतो. पण त्याचे अनेक छोटे छोटे नकारात्मक परीणाम असल्याने ते टाळणंच योग्य. झोपेच्या अशा बहुतेक युक्त्या दीर्घकालीन विचार करता हानिकारक असतात. त्याऐवजी निश्चित दिनचर्या हे सर्वोत्तम धोरण आहे.

एकत्रित सारांश

प्रकरण १ : आपली एकाग्रता परत मिळवा

- डोपामाइन हे एक शक्तिशाली अणि गुंतागुंतीचं न्यूरोट्रांसमीटर आहे. पण आधुनिक जग या घटकाचं स्वास्थ्य आणि योग्य संतुलन बिघडवू शकते. डोपामाइन आपल्याला आनंद आणि पुरस्कार अनुभवण्यास, अपेक्षा आणि इच्छा अनुभवण्यास तसंच नावीन्य शोधण्यास प्रवृत्त करतं. पण डोपामाइन प्रणाली अनियंत्रित असेल तर मात्र प्रेरणा, आनंद अनुभवण्याची आपली क्षमता, आवेग नियंत्रण, मन:स्थिती, एकाग्रता, लक्ष, स्वयंशिस्त आणि इच्छा इत्यादींमध्ये लक्षणीय बिघाड होऊ शकतो.
- आपण आपल्या न्यूरोकेमिस्ट्रीच्या कृपेवर जगत नसतो. तसंही मेंदू हा प्लास्टिकसारखा आहे आणि जर आपल्याला त्याच्या कार्यतंत्राची माहिती असेल आणि जर आपण त्या तंत्राला धोरणात्मक रूप देण्यासाठी काम केलं तर ते तंत्र बदलता येतं.
- आपल्या वर्तनात परिवर्तन घडवून आणणं कठीण करणाऱ्या घटकांमधला एक घटक म्हणून डोपामाइन व्यसनाचा विचार केला जाऊ शकतो. परिणामत: क्षणाक्षणाला आपल्याकडे येत असलेल्या माहितीवर होणाऱ्या प्रक्रियेत आणि त्यानुसार केल्या

जाणाऱ्या कृतीमध्ये अधिक नियमितता आणण्यासाठी 'डोपामाइन डिटॉक्स'ची मदत होऊ शकते.

- जर डोपामाइन हे इच्छाशक्तीसाठी जैवरासायनिक प्रतिनिधित्व करत असेल तर त्यावर नियंत्रण मिळवायला शिकल्यामुळे अधिक स्वभान, स्वनियंत्रण आणि स्वनियमन वाढवण्यासाठी मदत होते. डोपामाइन प्रणालीद्वारे आपण आपलं वर्तन सुधारण्यासाठी विविध तंत्रं आणि पद्धती वापरू शकतो.
- लक्ष केंद्रित करणं आणि लक्ष देणं शक्य होईल असं वातावरण आपण निर्माण करू शकतो. उदाहरणार्थ, स्मार्ट फोनसारखे आपलं लक्ष विचलित करणारे घटक दूर ठेवणे. आपल्या ध्येयांप्रति वचनबद्ध राहण्यासाठी आणि आपलं वर्तन नियंत्रित राखण्यासाठी योग्य ते ॲप्स, प्रोग्राम वापरा किंवा इतरांची मदत घ्या.
- चुका होणं साहजिकच आहे. त्यामुळे चूक झाल्यावर स्वत:ला फटकारण्याऐवजी स्वत:विषयी अनुकंपा बाळगा. चुकांमधून शिका आणि आपल्या चुकांवर लक्ष केंद्रित करण्याऐवजी पुढे जा. त्याचप्रमाणे, टप्प्याटप्प्यानं विचार करत रहा आणि चावता येईल एवढाच घास घ्या. काही तंत्रं तुमच्या उपयोगाला येतील, काही निरुपयोगी ठरतील. प्रयोग करत रहा.

प्रकरण २ : सर्व समस्या संपवण्यासाठी डिटॉक्स करा

- डोपामाइन हा मेंदूतील रासायनिक प्रक्रियेतला एक नैसर्गिक घटक असला तरी त्याची पातळी अत्यधिक प्रमाणात वाढली तर व्यसनाधीनतेची लक्षणं दिसू शकतात आणि म्हणूनच डोपामाइन डिटॉक्स प्रक्रिया ही आपल्या मेंदूतील डोपामाइन पातळी योग्य प्रकारे पुनर्स्थापित करण्यासाठी सहायक ठरते. त्यामुळे आपल्याला विविध आव्हानं, समाधान आणि नावीन्य यांचा अनुभव नव्या आणि स्वास्थ्यपूर्ण मार्गाने घेणं शक्य होतं.
- डिटॉक्सिंगमध्ये थोड्याशा प्रयत्नांमध्ये अधिक प्रमाणात डोपामाइन निर्माण करणारी 'सोपी' कामं (समाजमाध्यमं, साखर, अल्कोहोल, खरेदी किंवा कामुक चित्रण बघणे इत्यादी.)

क्रियाकलाप केले जातात आणि त्याऐवजी ध्यानधारणा, व्यायाम, उपवास, विविध छंद, वाचन आणि खेळ इत्यादी क्रियाकलापांचा समावेश केला जातो.

- डिटॉक्सदरम्यान कंटाळा येणं, वंचित असल्यासारखं वाटणं, निराश होणं किंवा चिडचिड होणं साहजिक आहे आणि ते थांबवण्याच्या आवश्यकतेचं लक्षण आहे. तरीही जर तुम्ही त्या असुविधाजनक स्थितीमध्ये टिकून राहिलात तर हळूहळू स्वत:ची क्षमता पुन्हा प्राप्त करून घ्याल. काही काळानं तुम्ही तुमच्या मेंदूला तत्काळ समाधान मिळवण्यासाठी सतत विचलित होऊ देण्याऐवजी उत्पादनक्षम, स्वास्थ्यपूर्ण आणि टप्प्याटप्प्यानं आनंद घेत कार्य पूर्ण करण्यासाठी तयार कराल.
- तुमच्या गरजेनुसार १, ३ किंवा ७ दिवसांचा डिटॉक्स पर्याय निवडून आपल्या मेंदूला नव्यानं कार्यान्वित करण्याचा प्रयत्न करा आणि आपल्या जीवनात कोणत्या प्रकारचं वर्तन असू देणं आवश्यक आहे आणि कोणतं वर्तन आपल्यासाठी नुकसानकारक आहे, याचा विचार करा. यादरम्यान रोमांचक आणि तत्काळ समाधान देणाऱ्या गोष्टी कमी करून आपली खऱ्या अर्थाची जीवनमूल्यं आणि आपल्या इच्छा काय आहेत, याचा खोलवर विचार करण्याची संधी तुम्ही स्वत:ला देत असता.
- सात दिवसांचा डिटॉक्स अधिक परिणामकारक ठरतो. पण त्यासाठी काही धोरणात्मक नियोजन आधीपासून करणं आवश्यक आहे. सजगता आणि चिंतन यांसाठी अधिकाधिक वेळ द्या, आपल्याला कंटाळा येऊ शकतो हे समजून घेता त्याला प्रतिकार न करता त्यावर काम करा आणि तुमच्या तीव्र इच्छांवर, त्या इच्छांना दिलेल्या नकारावर लक्ष केंद्रित करून काय होत आहे ते पहा.
- झोपेसंबंधीच्या योग्य सवयी, पोषक आहार आणि व्यायाम हे तुमच्या मेंदूला नव्यानं कार्यान्वित करण्यासाठीचे अटळ उपाय आहेत. सजगता आणि विश्रांती या तंत्रांचा वापर मोठ्या प्रमाणात करा. यातलं ध्येय तुम्हाला आनंदापासून वंचित ठेवणं हे नसून– आनंद, कृती आणि सजगता यांच्याशी पुन्हा एकदा नातं जोडणं हे

आहे. स्वत:च्या जीवनावर आणि स्वत:साठी काय मिळवायचं आहे यावर जाणीवपूर्वक प्रभुत्व प्राप्त करणे हा यामागचा उद्देश आहे.

प्रकरण ३ : जीवनासाठी इंधन

- पोषणविज्ञानात सातत्यानं प्रगती होत असली आणि त्यात बदल होत असले तरी आपल्याला हे नक्कीच माहीत आहे की, उत्तम जीवनासाठी उत्तम प्रतीचं अन्न आवश्यक असतं आणि असा आदर्श मानवी आहार प्रामुख्याने मायकेल पोलनच्या पोषण नियमांवर आधारित असतो : 'नैसर्गिक अन्न सेवन करा. अत्यधिक आहार नको. आहारात वनस्पतींचं प्रमाण अत्यधिक राखा.'
- लवचिकता महत्त्वाची आहे : कठोर नियम कायम टिकत नाहीत.
- आहारासंबंधी अगणित प्रकारची तत्त्वज्ञानं सांगितली जातात. उदाहरणार्थ, भूमध्य आहार (वनस्पतींचं प्रमाण अधिक, मांसाचं प्रमाण कमी, पण ऑलिव्ह ऑइलचं प्रमाण मध्यम ते अधिक हे वैशिष्ट्य). ओकीनावन आहार (चरबीचं प्रमाण कमी असलेलं मांस, मासे, प्रथिनं, पिष्टमय वनस्पती आणि स्वास्थ्यपूरक चरबी) आणि केटो आहार (कार्बचं प्रमाण कमी, प्रथिनांचं प्रमाण अत्यधिक आणि अत्यधिक चरबीयुक्त आहार ज्यामुळे शरीरामध्ये केटोजेनेसिस निर्मितीला प्रोत्साहन मिळतं).
- कोणताही एकच अन्नघटक उपचारासाठी चमत्कार सिद्ध होत नाही. पण ब्रोकोली आणि ब्लूबेरीजसारखी विशेष पोषण पुरवणारी काही विशिष्ट 'सुपर फूड्स' उपलब्ध आहेत.
- सगळी सप्लिमेंट्स एकसारख्या प्रकाराने तयार केली जात नसली आणि केवळ सप्लिमेंट हा स्वास्थ्यपूरक आहारासाठी पर्याय नसला, तरीही सप्लिमेंट्सही आपल्या आहाराची पोषणमूल्यं वाढवू शकतात. सप्लिमेंट्स ही एफडीए नियंत्रित नसल्यामुळे आपण कोणती सप्लिमेंट्स घ्यायची आहेत याचं संशोधन आपण स्वत:च करायचं आहे. स्वत:च्या आवश्यकतेनुसार आणि जीवनशैलीनुसार कोणते घटक आपण आपल्या पूरक आहारामध्ये समाविष्ट करावेत ते आपण स्वत:च ठरवणं योग्य असतं.

- प्रो-बायोटिक्स आणि प्री-बायोटिक्सच्या (विशेषत: ज्यावर प्रो-बायोटिक्स वाढतात ते तंतुमय अन्नघटक) वापरांमुळे होणाऱ्या फायद्यांचे पुरावे वाढत आहेत.
- प्रो-बायोटिक्स हे शरीराच्या सर्व महत्त्वाच्या आतड्यांमधल्या सूक्ष्म जीव समूहांमधलं असंतुलन सुधारू शकतात, सूक्ष्म जीव समूहांचं स्वास्थ्य आपल्या शरीराच्या प्रत्येक भागावर दूरगामी परिणाम करत असतं, ज्यामध्ये आपलं वजन आणि आपलं एकंदरीत मानसिक आरोग्य यांचा समावेश आहे. हे सप्लिमेंटच्या स्वरूपात उपलब्ध असलं तरी केफीर, दही आणि किमची यांसारख्या आंबवलेल्या पदार्थांमधून प्रो-बायोटिक घटक नैसर्गिक रीतीनं आपल्या आहारात समाविष्ट करणं चांगलं. याबरोबरच भरपूर प्रमाणात तंतुमय वनस्पतींचं सेवन करणं आणि साखर, अल्कोहोल यांचं प्रमाण कमी करणं यांमुळे आतड्यातील सूक्ष्म जीव समूहांमध्ये संतुलन राखणं शक्य होईल.

प्रकरण ४ : आपल्या पोषणाला महत्त्व देणं

- आपण सर्व जण स्वास्थ्यपूरक आहाराची तत्त्वं जाणतो, पण तशा चांगल्या सवयी लावून घेण्यासाठी वेळ द्यावा लागतो आणि प्रयत्न करावे लागतात.
- 'नज थिअरी' म्हणजे आपल्याकडून आपल्याला अपेक्षित असलेलं वर्तन घडवून आणण्यासाठी आवश्यक ते छोटे बदल करणं. आपण प्रत्येक वेळी निवड करत असतो. पण आपल्या आसपासच्या वातावरणात बदल करून आपण योग्य निर्णय घेणं आणि तो आपोआप घेतलं जाणं सोपं करून टाकतो.
- आपल्या कोणत्याही वर्तनाविषयी प्रतिक्रिया मिळवता येईल अशी यंत्रणा कायम असल्याची खात्री करून घ्या, तसंच गुंतागुंतीचं वर्तन आणि जटिल निर्णय प्रयत्नपूर्वक शक्य तितके सोपे करा. उदाहरणार्थ, फराळाचे पदार्थ घरात उपलब्ध करून ठेवणे, किराणा मालाच्या दुकानात गेल्यावर मोहात पाडणाऱ्या वस्तूंपासून दूर राहणे किंवा इतरांसह मिळून व्यायाम करणे आणि आपल्या

दिनचर्येमध्ये चांगल्या सवयी समाविष्ट करणे. नज थेरपी योग्य प्रकारे वापरली गेली तर इच्छाशक्तीचा अतिरिक्त वापर न करताही योग्य ते वर्तन करणं शक्य होतं.

- कॅरोलीन अर्नोल्ड यांची छोट्या ध्येयांची संकल्पना आपल्याला सांगते की, आपण जेव्हा छोटी पावलं उचलण्यासाठी वचनबद्ध होतो तेव्हा मोठ्या गोष्टी करणं शक्य होतं. जर तुम्ही एखादा छोटा, पण आवश्यक तो विशिष्ट बदल केला आणि त्या बदलावर ठाम राहिलात तर त्याचा एकत्रित परिणाम मोठा असू शकतो.
- छोटी ध्येयं ठरवण्यासाठी आधी आपल्याला नक्की कशात बदल करायचा आहे ते शोधा. त्यानंतर अपेक्षित बदल घडवून आणण्यासाठी छोटे संकल्प करा. अगदी टोकाचं किंवा अगदी वेगळं असं काही करू नका. छोटी ध्येयं ठरवा, पण ती धोरणात्मकतेनं ठरवा. आपण ज्याचं पालन निश्चितपणे करू शकू असं तुम्हाला वाटतं असेच छोटे बदल करा.
- प्रकाश आणि तापमान हे आपल्या वर्तनाला प्रभावित करणारे दोन महत्त्वाचे घटक आहेत. आपल्या शारीरिक लयीच्या गतीविरुद्ध काम करण्याऐवजी त्या गतीनुसार काम करणं सोपं आहे आणि त्यातून दीर्घ काळ टिकणारे, स्वास्थ्यपूरक बदल घडवून आणण्याची शक्यता जास्त आहे.
- कमीतकमी सकाळी उठल्यावर सूर्यप्रकाशाचा लाभ घ्या आणि रात्री उशिरा कृत्रिम प्रकाशात राहणं टाळा. त्याचप्रमाणे उष्णता आणि थंडावा यांचा उपयोग शरीराला जागं करण्यासाठी किंवा नैसर्गिक सहजतेनं झोप लागावी यासाठी केला जाऊ शकतो.

प्रकरण ५ : झोपेचं खरं महत्त्व

- जीवनामध्ये असं एकही क्षेत्र नाही जिथे झोपेच्या चांगल्या सवयीमुळे सुधारणा होत नाही आणि त्याचे काही फायदे सांगायचे तर, शारीरिक-मानसिक स्वास्थ्य, दीर्घायुष्य लाभतं आणि उत्तम रोगप्रतिकारक शक्तीसह सर्जनशीलताही प्राप्त होते.

- आपली झोप आनुवंशिकता, वय, सवय, ऋतू आणि वैयक्तिक प्रवृत्ती, प्राधान्य अशा अनेक जटिल घटकांवर अवलंबून असते. याबाबतीत बायोहॅकिंग म्हणजे झोपेमध्ये व्यत्यय आणणाऱ्या आयुष्यभराच्या वाईट सवयी सोडून देणं आणि रोज रात्री आपल्या शरीराला पुन्हा नवचैतन्य प्राप्त करून घेण्याची संधी देणं याहून अधिक काही असू शकत नाही.
- पुरेशा झोपेअभावी आपली भावनिक अवस्था, आकलनशक्ती, स्मरणशक्ती आणि एकंदरीत ऊर्जेवर परिणाम होतो. झोप व्यवस्थित झाली तर आपली केवळ विचारप्रक्रिया चांगली होते असं नाही, तर आपण आपल्या भावनांचं नियमन करू शकतो आणि उत्तम ग्रहणशीलता धारण करतो.
- सर्केडिअन लय ही नैसर्गिक, अंतर्निमित असं एक 'जैविक घड्याळ' आहे आणि ते झोपणे/जागे होणे यावर आधारित चोवीस तासांचं चक्र आहे. या चक्राचा परिणाम हार्मोन्सची निर्मिती आणि प्रसरण यांवर होत असल्यामुळे शरीराच्या प्रत्येक प्रणालीवर आणि अवयवांवरही त्याचा परिणाम होत असतो. आपल्या सर्केडिअन लयीवर काम करणं आणि त्यामध्ये सुधारणा करणं ही झोपेच्या आरोग्यासाठीची गुरूकिल्ली आहे.
- तुमच्या आरोग्यासाठी तुम्ही करू शकता अशा सर्वोत्तम आणि सर्वाधिक प्रभावी बदलांपैकी एक म्हणजे नियमित झोपेची सवय लावून घेणं. याचा अर्थ एका निश्चित वेळी झोपणे आणि निश्चित वेळी उठणे. स्वत:च्या नैसर्गिक लयींकडे लक्ष द्या (आवश्यकता असल्यास झोपेच्या निरीक्षणासाठी विशिष्ट ॲप्स वापरा) आणि नंतर त्यानुसार दिनचर्या निश्चित करणं. सुट्टीच्या दिवशी जास्त वेळ झोपणं टाळा. कारण झोपेच्या बाबतीत सातत्य अतिशय महत्त्वाचं आहे.

प्रकरण ६ : गाढ झोप काढा

- झोपेचं प्रमाण कमी करण्यापासून मध्यम करण्यासाठी अनेक उपाय आहेत.

- त्यासाठी पर्यावरणीय बदलांमध्ये तुमच्या शरीराच्या नैसर्गिक प्रकाशावर कार्यान्वित होणाऱ्या लयीसह काम करणं समाविष्ट आहे. म्हणजेच जाग आल्यावर नैसर्गिक प्रकाशाच्या संपर्कात येणं आणि सामान्य सर्केडिअन लय वाढवण्यासाठी किंवा त्यातला व्यत्यय टाळण्यासाठी कृत्रिम प्रकाश टाळणं. तापमान असलेलं, तुलनेनं कमी गोंगाट असलेलं, त्याबरोबरच झोपेमध्ये व्यत्यय आणणारी, तणाव वाढवणारी किंवा लक्ष विचलित करणारी अशी प्रखर उजेडाची उपकरणं नसलेलं वातावरण झोपेसाठी आदर्श आहे.
- अंथरुणात असलं की झोपायचं, अशी सवय मेंदूला लावण्यासाठी अंथरुणात असताना झोपण्याव्यतिरिक्त अन्य काहीही करू नका. अंथरुणावर बसून टीव्ही पाहू नका, काम करू नका आणि समाजमाध्यमांवर ब्राऊजही करू नका. जर झोप येत नसेल तर अंथरुणातून उठा. त्यामुळे अंथरूण आणि निद्रानाश असा संबंध जोडला जाणार नाही.
- जीवनशैलीतील बदलांमध्ये चांगल्या झोपेसाठी आहारामध्ये बदल करणं आणि व्यायामाची सवय लावून घेणं आवश्यक आहे. उदाहरणार्थ, झोपेच्या वेळेपूर्वी कॉफी, अल्कोहोल सेवन किंवा व्यायाम करणं टाळावं. दिवसभर विश्रांतीतंत्राचा सराव करा, पण दररोज झोपण्याच्या आधी निश्चित गोष्टी (वाइंड-डाउन) करण्याचीही सवय लावून घ्या. त्यासाठी आपल्या दिनचर्येमध्ये सकाळी उठतानाही आरोग्यपूर्ण असे काही निश्चित कार्यकलाप असू शकतात. डुलकी घेणं ठीक आहे, पण ते प्रत्येकासाठी योग्य असू शकत नाही. जर डुलकी घेण्यामुळे तुमच्या सामान्य झोपेच्या वेळापत्रकात व्यत्यय येत असेल तर ते टाळा.
- स्वास्थ्यवर्धक झोपेविषयी स्वत:ला शिक्षित करा आणि लोकप्रिय मिथकांकडे दुर्लक्ष करा. उदाहरणार्थ, आपण केवळ चार तास झोप घेऊनही कोणताही वाईट परिणाम न होऊ देता काम करू शकतो. वैयक्तिक स्तरावर अनेक मतमतांतरं असली तरी बहुतेक लोकांना सुमारे सात ते आठ तासांची झोप आवश्यक असते.

सुट्टीच्या दिवशी डुलक्या घेऊन किंवा जास्त वेळ झोपून तुम्ही आठवडाभराच्या झोपेची कमतरता भरून काढू शकत नाही. त्याऐवजी शक्य तितक्या लवकर निरोगी दिनचर्येचं पालन सुरू करा. याचा उपाय म्हणजे तडजोड न करता पुन्हा थेट दिनचर्या सुरू करणं.

- झोपेच्या गोळ्या घेणं हा क्वचित करण्याचा आणि तात्पुरता उपाय असू शकतो. पण त्याचे अनेक छोटे छोटे नकारात्मक परिणाम असल्याने ते टाळणंच योग्य. झोपेच्या अशा बहुतेक युक्त्या दीर्घकालीन विचार करता हानिकारक असतात. त्याऐवजी निश्चित दिनचर्या हे सर्वोत्तम धोरण आहे.

लेखकाविषयी

निक ट्रेन्टन हे अमेरिकेतल्या इलिनॉयच्या ग्रामीण भागामध्ये एका शेतकरी कुटुंबात वाढले. त्यांनी बीएस इकॉनॉमिक्स (अर्थशास्त्र) ही पदवी प्राप्त केल्यानंतर एमए बिहेव्हिअरल सायकॉलॉजी (वर्तणुकीय मानसशास्त्र) ही पदवी ग्रहण केली.

निक आनंदानं म्हणतात की, 'मी माझ्या एका आवडत्या छंदामध्येच व्यावसायिक तज्ज्ञ झालो आहे आणि तो छंद म्हणजे, लोकांचं निरीक्षण करणे.' ते एक स्कीइंग करणारे एक कुशल स्कीअर आहेत आणि जगभर प्रवास करण्याचं तसंच अँथनी बोर्डेनप्रमाणे एखाद्या पाकक्रियेसंबंधीच्या कार्यक्रमाचं सादरीकरण करण्याचं त्यांचं स्वप्न आहे.

सध्या ते अमेरिकेमध्ये शिकागो इथे राहत आहेत.

अनुवादक परिचय

इंद्रायणी चव्हाण, १९९१-९२पासून आकाशवाणी आणि दूरदर्शनसाठी लेखन-निवेदन करत आहेत. दिवाळी अंक, वृत्तपत्रं आणि मासिकांमध्ये त्यांचे लेख प्रकाशित झाले आहेत. गेल्या १५ वर्षांपासून त्या हिंदी आणि मराठीमध्ये विविध विषयांसंबंधी अनुवादाचं काम करत आहेत. त्यांनी काही पुस्तकांचेही अनुवाद केले आहेत. त्यांतली छत्रपती शिवाजी महाराजांच्या संघर्षावर आधारित 'झुंज नियतीशी', भारतीय समाज रचनेचा अभ्यासपूर्ण लेखाजोखा 'अर्ली इंडियन्स', श्रीकृष्णाचं बहुआयामी व्यक्तिमत्त्व विषद करणारं 'श्याम' (मराठी) आणि श्री गोरक्षनाथांच्या चरित्रावर आधारित 'शिवगोरक्ष' (हिंदी) ही पुस्तकं प्रकाशित झाली आहेत.

अनुवादकलेविषयी इंद्रायणी चव्हाण म्हणतात, 'अनुवादाच्या निमित्तानं संबंधित विषयाची, साहित्याची ओळख होते, त्यासंबंधी थोडाफार अभ्यास आणि विचारही केला जातो, त्यामुळे अनुवादकानं केलेला प्रत्येक अनुवाद, त्याला एक व्यक्ती म्हणून समृद्ध करत जातो. ज्यांच्यामुळे मला अशी समृद्धी लाभली, त्यांची मी सदा ऋणी असेन.'